ബുദ്ധിമാൻ കഥകൾ

വൈജ്ഞാനികം

ബുദ്ധിമാൻ കഥകൾ

കെ.കെ. വാസു

Little Green

little green
an imprint of green books private limited
gb building, civil lane road, ayyanthole,
thrissur- 680 003, kerala, ph: +91 487-2381066, 2381039
website: www.greenbooksindia.com
e-mail: info@greenbooksindia.com

branches:
thrissur 8589095302
thiruvananthapuram 8589095301
calicut 8589095307

malayalam
budhiman kathakal
children's literature
by
k.k. vasu

first published january 2019
reprinted august 2024

illustrations : haku
cover design : g. biju

printed in india
repro india ltd

isbn : 978-93-87357-90-7

₹ 170.00
LGPL/019/2019

എല്ലാ മാതാപിതാക്കൾക്കും
മക്കൾക്കും സമർപ്പിക്കുന്നു

ഉള്ളടക്കം

വിസ്മയം ഈ രഹസ്യം

ങ്ഏ...

ഏത് വികൃതികളാ ഈ പണി പറ്റിച്ചത്?

ഇതെന്ത് ക്രൂരത!

"പൊന്നൂ! എന്റെ ചേനൂ! ഇന്നലെ അന്തിക്ക് പോലും നിന്റെ തല എന്റെ നെഞ്ചിൽ വെച്ച് കൊഞ്ചിച്ചതല്ലേ മോനേ!" മേഘലയുടെ അപ്പൂപ്പ ചേനുവിന്റെ ഉടലാകെ തലോടി വിങ്ങിപ്പൊട്ടി.

"എന്റെ പൊന്നു ചേനൂ, ഭക്ഷണത്തിന് ഇനി നീ എന്തു ചെയ്യും? വിശന്ന് പൊരിഞ്ഞ് നീ തളർന്നു വീഴുന്നത് ഞങ്ങൾ എങ്ങനെ നോക്കിനിൽക്കും?"

മേഘ എവിടെ? വർഷ എവിടെ?

"മേഘാ... വർഷാ..." അപ്പൂപ്പ നീട്ടി വിളിച്ചു.

"എന്താ അപ്പൂപ്പാ...." അവർ അകത്തുനിന്നും വിളി കേട്ടു. "ഞങ്ങൾ ചായ കുടിക്കാ."

അപ്പൂപ്പ ഇളവെയില് കൊള്ളാൻ ചേനുവിന്റെ അടുത്ത് എത്തിയിരിക്കുമെന്ന് മേഘലയും അവളുടെ അനുജത്തി വർഷയും ഊഹിച്ചു. അപ്പോൾ അപ്പൂപ്പ ഓർത്തത് ചേനുവിന്റെ വളർച്ചയും ഉയർച്ചയും. എത്ര പെട്ടെന്നായിരുന്നു അതെല്ലാം... അപ്പൂപ്പ നെടുവീർപ്പോടെ ഓർക്കുന്നു.

കഷ്ടി രണ്ടാഴ്ച മുമ്പ്. ഉച്ചവെയിൽ കത്തിനിൽക്കവേ ആകാശത്ത് തുരുതുരാ കാർമേഘക്കൂട്ടങ്ങൾ ഓടിക്കൂടുന്നു. വെയിൽ മങ്ങുന്നു. ദിക്കുകൾ ഇരുളുന്നു. പെട്ടെന്ന് ഒരുഗ്രൻ മിന്നൽ. ആരെയും നടുക്കുന്ന ഇടിമുഴക്കവും. അതിന് അകമ്പടിയെന്നോണം ആർത്തിരമ്പിവന്ന മഴ പൊരിഞ്ഞു പെയ്തു. മുറ്റമാകെ മഴവെള്ളം. പുഴ പോലെ. അത് മണ്ണിൽ താണു. മണ്ണിന്റെ ദാഹം തീർന്നു. അതിനിടെ

മണ്ണിനടിയിലെ ചേനയും നനവിൽ കുതിർന്നു. തുടർന്ന് അതിൽ നിന്ന് വിരൽവണ്ണമുള്ള ഒരിളം കൂമ്പ് വായുവിലേക്ക് തലനീട്ടി. അതിനെ പൊതിഞ്ഞിരുന്ന പുള്ളിപ്പോള അടർന്നപ്പോൾ കാണായി പച്ചത്തണ്ടും അതിന്റെ അറ്റത്ത് കൂപ്പുകൈപോലെ ഇളംതളിരുകളുടെ അടരുകളും. അവ വിടന്ന് പടർന്ന് പന്തലിച്ചപ്പോൾ നിവർത്തിപ്പിടിച്ച ഒരു പച്ചപ്പട്ടുകുട പോലെ. കുടയിലെ ഇടതൂർന്ന് വളർന്ന തളിരിലകൾ കാറ്റിലാടി ചാഞ്ചാടി മൂളിപ്പാട്ട് പാടി ഇളവെയിലിൽ തിളങ്ങി വിളങ്ങിയപ്പോൾ അവയെ അപ്പൂപ്പ ഇടനെഞ്ചോട് ചേർത്ത് കൊഞ്ചിച്ചു. തൈച്ചേനയെ ചേനുവെന്ന് ഓമനപ്പേരിട്ട് ലാളിച്ചു. അപ്പോഴായിരുന്നു പൂങ്കാറ്റിന്റെ റെയ്ഡ്. മുല്ലപ്പൂമണം ചൂടി ആരാരും കാണാതെ വന്ന കാറ്റ് ചേനത്തണ്ടിന്റെ കൂടെ ആടി അതിന്റെ തലപ്പത്തുള്ള പച്ചത്തുരുത്തിലേക്ക് കയറി.

ഇലകളിൽ പാചകം തിരുതകൃതി. പാചകക്കാരൻ ഇലകളിലെ പച്ചപ്പ് തന്നെ. പക്ഷേ സഹായിയായി വെയിൽ കൂടെതന്നെ കൂടണം. ഇലകളിൽ നിറയെ അറകൾ – സെല്ലുകൾ.

പാചകം തിരുതകൃതി.

മാങ്ങ, തേങ്ങ...

ഹായ്... ഹായ്!
പൂങ്കാറ്റ് പാട്ടുപാടി
ആടിപ്പാടുന്നു!

സെല്ലുകളും എല്ലുകളും ചേർന്നതല്ലേ മനുഷ്യശരീരവും. അതു പോലെ നാരെല്ലുകളും സെല്ലുകളും ചേർന്നതാണ് ഇല എന്ന് കാറ്റ് കണ്ടു.

ഇലയിൽ വെയിലടിക്കുമ്പോൾ സെല്ല് വലിച്ചെടുക്കുന്ന വായു വിൽനിന്ന് കാർബൺഡയോക്സൈഡ് എടുത്ത് വേര് വലിച്ചെടുത്ത വെള്ളത്തിലെ ഹൈഡ്രജനുമായി ചേർത്താണ് പച്ചപ്പിന്റെ പാചകം. അപ്പോൾ ബാക്കിയാവുന്ന പ്രാണവായു മനുഷ്യന് ദാനമായി നൽകുന്നു.

ആരാ ആ മഹാപാപി? അതറിഞ്ഞിട്ട് ഇനി വേറെ കാര്യം.

പച്ചപ്പ് പാടുപെട്ട് വെച്ചുണ്ടാക്കുന്ന ഭക്ഷണത്തിൽ തെല്ലേ ചേനു തിന്നൂ എന്ന് കാറ്റ് കണ്ടെത്തി. ബാക്കി തണ്ടിലൂടെ കടത്തിവിട്ട് മണ്ണിൽ ഒളിച്ചുവെക്കുന്നതാണ് വട്ടമൊത്ത ചേനയാവുന്നത്.

അങ്ങനെ ചേനുവിന്റെ പച്ചപ്പ് ചേനയുണ്ടാക്കുന്നു. മാവിന്റെ പച്ചപ്പ് മാങ്ങയും തെങ്ങിന്റേത് തേങ്ങയും നെല്ലിയുടേത് നെല്ലിക്കയും നെല്ലിന്റേത് അരിയും തരുന്നു.

അപ്പോൾ ജീവന്റെ ജീവനല്ലേ ഓരോ പച്ചത്തുരുത്തും എന്ന് ചോദിച്ചുകൊണ്ട് പൂങ്കാറ്റ് എങ്ങോ പൊയ്മറഞ്ഞു. അത് ഇന്നലെ. ഇന്നത്തെ ചേനുവിന്റെ നില്പ് കണ്ടാൽ പൂങ്കാറ്റ് പൊട്ടിക്കരയും. ചേനുവിന്റെ പച്ചത്തുരുത്തിലെ ഇലകളെല്ലാം ആരോ അരിഞ്ഞെടുത്തിരിക്കുന്നു. ആരാ ആ മഹാപാപി. അതറിഞ്ഞിട്ടിനി വേറെ കാര്യം.

“മേഘാ, വർഷാ നിങ്ങളാണോ ഈ കൊല്ലാക്കൊല ചെയ്തേ?” അപ്പൂപ്പ കണ്ണുരുട്ടി ഉച്ചത്തിൽ വിളിച്ചു ചോദിച്ചു.

പൂപ്പുഞ്ചിരി വിതറി മേഘയും വർഷയും ഒപ്പൊന്ന് ഓടിയെത്തി തിരക്കി:

“എന്താ അപ്പൂപ്പാ?”

“ഇതാ നോക്കിൻ. ചേനൂന്റെ.... ”

മുഴുമിപ്പിക്കും മുമ്പേ അപ്പൂപ്പ വിങ്ങിപ്പൊട്ടി.

വാക്ക് തൊണ്ടയിൽ ഇടറി അമർന്നു. കുട്ടികൾ അമ്പരന്നു.

ചേനൂന്റെ നെറുന്തലയിലെ ഇലയെല്ലാം ആരരിഞ്ഞു?

കറിവെക്കാൻ വല്ലവരും വന്ന് നുള്ളിയതാവുമോ? എങ്കിൽ കാൽപ്പാട് കാണണമല്ലോ. മേഘയും വർഷയും പൂഴിത്തറയിൽ നോട്ടത്തോട് നോട്ടം. അപ്പോൾ അതും കണ്ണിൽപ്പെട്ടു.

ചേനുവിന് ചുറ്റുമായി ചെറുഗുളികകൾ ചിതറിക്കിടക്കുന്നു.

പച്ചച്ച കുടയിൽനിന്ന് കൊഴിഞ്ഞവ ആണോ ഈ ഗുളികകൾ?

ആയിരിക്കും. എലിക്കാട്ടംപോലെയുള്ള ഗുളികകൾ.

പപ്പായയുടെ ഉള്ളിൽ കാണാറുള്ള കറുത്ത കുരുക്കൾ പോലെ ഉള്ള ഗുളികകൾ.

"കണ്ടോ. ചില ഗുളികകളിൽ പച്ചിലനാരുകളും."

"അപ്പോൾ ഇത് ഏതോ ജീവിയുടെ കാഷ്ഠമല്ലേ?"

"അങ്ങനെയെങ്കിൽ ആ ക്രൂരജന്തു ആവില്ലേ ഇല തിന്ന് ചേനുവിന്റെ തല തകർത്തത്?"

ആ ദുഷ്ടജീവിയെ പിടിക്കാൻ ഇലക്കുറ്റികൾ മുറ്റിനിൽക്കുന്ന തണ്ടുകളിൽ മേഘയും വർഷയും റെയ്ഡോട് റെയ്ഡ്. അതിൽ പിടിയിലായവർ പച്ചിലപ്പാമ്പ്പോലെ പച്ചച്ചവർ. ഓരോന്നിനും വായിൽ വളവുള്ള ഒളിപ്പല്ല്. നെറ്റിയിൽ കോഴിക്കണ്ണ്. ഉടലാകെ പുലിനഖങ്ങൾ. ചൂണ്ടാണിവിരൽ നീളമുള്ള ഉടൽ വലിയുമ്പോൾ ഇരട്ടി നീളം. അങ്ങനെ ഒന്നല്ല, അഞ്ചെണ്ണം. അഞ്ചും ഒളിച്ചിരുന്ന് ഉളിപ്പല്ല് അമർത്തി ഇളംതണ്ട് കീറിത്തുരന്ന് തുരുതുരാ നീര് വലിച്ചു കുടിക്കുന്നു.

ഈ ഉളിപ്പല്ലന്മാരെ എന്ത് പേരു വിളിക്കണമെന്നറിയാതെ കുഴങ്ങിയ മേഘയും വർഷയും ചൂണ്ടാണിവിരൽ നീട്ടി വിക്കിവിക്കി:

"അപ്പൂപ്പാ, ഈ പച്ചന്മാർ ഇലതീർന്നപ്പോ ഇതാ കണ്ടോ തണ്ട് തുരക്കുന്നു."

അതുകണ്ട് കലിതുള്ളി അപ്പൂപ്പ പച്ചിലത്തീനികൾ അഞ്ചിനെയും ഒരു കുഴിയിലിട്ട് മൂടി കഥ കഴിച്ചു. "ഇലപ്പച്ചയില്ലാതായാൽ പിന്നെ ജീവനുണ്ടോ ജീവിതമുണ്ടോ?" അപ്പൂപ്പയുടെ മനസ്സ് മൂളിക്കൊണ്ടിരുന്നു.

■

ബുദ്ധിമാന്റെ ബാല്യം

ചെയ്യാത്ത ഏതോ കുറ്റത്തിന്റെ പേരിൽ എന്റെ ഉറ്റ ചങ്ങാതിക്ക് സമപ്രായക്കാരനായിരുന്ന എന്നേക്കാൾ മൂന്നുമൂന്നര കൊല്ലം മുമ്പേ റിട്ടയേർഡാവേണ്ടിവന്നു. അതോടെ മകനെപ്പറ്റി വിഷാദിച്ച് കരിവാളിച്ച ആ മുഖം കൂടുതൽ ഇരുണ്ടുപോയി. ശേഷിച്ച ദിവസങ്ങൾ നനഞ്ഞിരുണ്ട ആ കണ്ണുകളിൽ കണ്ണീരായി തളംകെട്ടി.

"ഇനി എനിക്ക് അധികകാലം ഇവിടെ ഇല്ല. പോയകാലത്ത് ഞാനൊരു നിസ്സാരജീവിയെപ്പോലും ദ്രോഹിച്ചിട്ടില്ലെന്ന് നിനക്ക് അറിയാമല്ലോ." ഇങ്ങനെ തമ്മിൽ കാണുമ്പോഴെല്ലാം ആ മനുഷ്യൻ ഒരു ഭാരമിറക്കുന്ന ആശ്വാസത്തോടെ എന്നോട് പറയുവാൻ തുടങ്ങും. "എത്രയെത്ര ജീവിതങ്ങൾ എന്റെ വിയർപ്പിൽനിന്ന് ചൂടും വെളിച്ചവും നേടി വിടർന്നുയർന്നു. പക്ഷേ ഒടുവിൽ ആകപ്പാടെയുള്ള എന്റെ ഒരേയൊരു മകൻ - എന്റെ അനിൽ പോലും എനിക്ക് മുള്ളായിത്തീർന്ന് എന്നെ കുത്തിക്കുത്തി വേദനിപ്പിക്കുന്നു..."

"സ്നേഹത്തിൻ ഫലം കണ്ണീരോ?" നെടുവീർപ്പോടെ എന്റെ ചങ്ങാതി ചോദിക്കും. വികാരഭരിതനായി - "നീ പറയ്. അപ്പോൾ എന്താണ് പാപം? എന്താണ് പുണ്യം? നന്മയേത്? തിന്മയേത്? ഏത് ശരി? ഏത് തെറ്റ്?"

ഞാനൊന്നും മിണ്ടാതിരിക്കുമ്പോൾ മൂപ്പർതന്നെ പതിഞ്ഞ സ്വരത്തിൽ ഉത്തരം കണ്ടെത്തും - "എന്തിന് ഞാനിങ്ങനെ പരാതിപ്പെടുന്നു? ഒരുപക്ഷേ ഞാനൊരു കടക്കാരനായിട്ടാവാം ഇവിടേക്ക് വന്നത്."

"എന്തോ, എനിക്ക് അതിനോട് മാത്രം യോജിപ്പില്ല." ഞാൻ പറയും. മരണത്തിനുശേഷം വേറൊരു ജന്മമോ ജീവിതമോ ഉണ്ടാകുമെന്നോ ഈ ഭൂമിയിൽ ജനിക്കുന്നതിനു മുമ്പ് മറ്റൊരു ജന്മമോ ജീവിതമോ ഉണ്ടായിരുന്നുവെന്നോ എനിക്ക് വിശ്വാസമില്ല. അപ്പോൾ

പിന്നെ കഴിഞ്ഞ ജന്മത്തെ പാപത്തിന്റെ കടം വീട്ടേണ്ട പ്രശ്നം തന്നെ വരുന്നില്ലല്ലോ."

വെളുത്ത് നീണ്ട താടിമീശ തടവിക്കൊണ്ട് എന്റെ ചങ്ങാതി അന്നെന്നോട് പറഞ്ഞു– 'ഞാനെന്റെ വിശ്വാസം പറയുന്നു. നീ നിന്റെയും. ഒരുവേള ഇത് രണ്ടുമല്ല. വേറൊന്നാവാം സത്യം. പരമമായ സത്യം കണ്ടെത്തുന്നതുവരെ നാം കുരുടരെപ്പോലെ ഓരോ വിശ്വാസങ്ങളിൽ ചാരിനിന്ന് ഗത്യന്തരമില്ലാതെ ഇരുട്ടിൽ തപ്പിക്കൊണ്ടിരിക്കുന്നു.

"എന്റെ വിശ്വാസം എന്നെ സംബന്ധിച്ചിടത്തോളം സത്യമാണ്. എന്റെ അനുഭവത്തിൽനിന്നാവാം അതുരുത്തിരിഞ്ഞത്. അനുഭവമല്ലേ ഏറ്റവും വലിയ ആചാര്യൻ?" ഞാൻ ചോദിച്ചു.

"എന്റെ സത്യം ഒന്ന്. നിന്റെ സത്യം മറ്റൊന്ന്. അപ്പോൾ സത്യം പോലും ആപേക്ഷികമാണ്, അല്ലേ?"

"ആവോ..." ആ ചോദ്യം എന്റെ മുൻശുണ്ഠി ആളിക്കത്തിക്കാൻ കാരണമായി. "ഞാനിപ്പോൾ നിന്നോട് തർക്കിക്കാനല്ല വന്നത്.

നിന്റെ മകന്റെ തർക്കുത്തരം പറച്ചിൽ കുറെ കടന്നുപോകുന്നു എന്ന് പരാതിപ്പെടാനാണ്."

"എന്തേ അവൻ?"

"അവൻ എന്നോടും തർക്കുത്തരം പറയുന്നു. ഭൂമിശാസ്ത്രം പഠിപ്പിക്കുമ്പോഴാണ്." ഞാൻ പറഞ്ഞു – പണ്ടുള്ളവർ ഭൂമി പരന്ന താണെന്നും നിശ്ചലമാണെന്നും വിശ്വസിച്ചിരുന്നു. എത്ര അറിവി ല്ലാത്തവരായിരുന്നു അന്നത്തെ ആളുകൾ!

ഉടൻ നിന്റെ മകൻ ചാടി എഴുന്നേറ്റ് ചോദിക്കുകയാണ്...

"അത്ര അറിവില്ലാത്തവരായിരുന്നോ അവർ? എനിക്ക് സംശയം തോന്നുന്നു. അവർ പറഞ്ഞത് അവരുടെ അനുഭവമാണ്. അനുഭവം തന്നെയല്ലേ സത്യം? ഇന്നും ഭൂമി തിരിയുന്നു എന്ന് പറയുന്നത് ഭൂമിയിൽ ആർക്കെങ്കിലും അനുഭവപ്പെടുന്നുണ്ടോ? ഇല്ല. ഭൂമിയിൽ നിൽക്കുമ്പോൾ നിൽക്കുന്ന ആളെ സംബന്ധിച്ചിടത്തോളം ഭൂമി നിശ്ചലം. ചലിക്കുന്നത് സൂര്യനും അതുപോലെ വിശാലമായ ഭൂമി പരന്നതായല്ലെ കാണുന്നത്. അപ്പോൾ ഭൂമിയിലെ സത്യം എന്താണ്? പരന്ന ഭൂമി നിശ്ചലമായ ഭൂമി. അതൊരു സത്യം. എന്നാൽ സ്പേസിൽ ചെന്നുനിന്നു നോക്കിയാലോ; ഭൂമി തിരിയു ന്നതു കാണാം. അതുരുണ്ടിരിക്കുന്നതു കാണാം. പക്ഷേ ഇത് സ്പേസിലെ സത്യം. അപ്പോൾ സത്യം ആപേക്ഷികമാണെന്നു കാണാം. അല്ലെങ്കിൽ സത്യമായി തോന്നുന്ന മിഥ്യകളുണ്ടെന്ന് കാണാം." എനിക്ക് ശുണ്ഠി വന്നു. ഞാനവനെ അരക്കിറുക്കനെന്നു വിളിച്ചു. ക്ലാസിൽനിന്നും പുറത്തുപോകാൻ ആജ്ഞാപിച്ചു.

അവൻ അനുസരിച്ചില്ല.

ഞാൻ ഇത്രയും പറഞ്ഞുവന്നപ്പോഴേക്കും ഒരുകൂട്ടം ആളുകൾ ഓടിക്കിതച്ചുവന്ന് എന്റെ ചങ്ങാതിയോട് പറഞ്ഞു:

"അനിലിനെ എല്ലാവരുംകൂടി ഇപ്പോൾ തല്ലിക്കൊല്ലും. ഇതാ റോഡിലേക്ക് ചെന്നാ കാണാം പൂരം!"

ഞങ്ങൾ പരിഭ്രമിച്ച് പുറത്തേക്ക് ഓടി.

റോഡിലെ കാഴ്ച?

എന്റെ ഭഗവാനേ!

റോഡിലെ കാഴ്ച കണ്ട് സുഹൃത്ത് നെഞ്ചത്തടിച്ചു.

"അനിൽ എന്തു തെറ്റുചെയ്തു?" എന്റെ ചങ്ങാതി ചോദിച്ചു.

മിനി തിയറ്റർ ഉടമസ്ഥൻ പറഞ്ഞു–

"നിങ്ങളുടെ മകനെക്കൊണ്ട് ഞങ്ങളും തോറ്റു. ആ ജന്തു ഇന്ന് ഇതിനുള്ളിൽ ഒരു വാതകക്കുപ്പിയുമായിട്ടാണ് കടന്നിരുന്നതത്രെ."

ബുദ്ധിജീവികളുടെ സിനിമാശാലയായിട്ടാണ് മിനി തിയേറ്റർ കണക്കാക്കപ്പെട്ടിരുന്നത്. ക്യാമറ കൊണ്ടെഴുതിയ കലയേ അവിടെ പ്രദർശിപ്പിച്ചിരുന്നുള്ളൂ.

പ്രത്യേക രീതിയിൽ നിർമ്മിച്ചിരുന്ന ആ ചരിഞ്ഞ തീയേറ്ററിലിരുന്ന് സിനിമ കാണുമ്പോൾ കാണുന്നവർക്ക് തങ്ങൾ വെറും കാഴ്ചക്കാരല്ല, മറിച്ച് സ്ക്രീനിൽ ചിത്രീകരിക്കുന്ന ജീവിതത്തിന്റെ സൗന്ദര്യ വൈരൂപ്യങ്ങളിൽ പങ്കാളികളാണ് എന്ന പ്രതീതിയുണ്ടാവും. അപ്പോൾ കാഴ്ച ഉൾക്കാഴ്ചയായി. ആസ്വാദനം ആഴത്തിലുള്ള അന്വേഷണമായി, സംസ്കാരമായി അവനവനെത്തന്നെ പരിഷ്കരിക്കുന്നു.

ചലച്ചിത്രകല ഉൾക്കൊള്ളാനൊന്നുമല്ല, തങ്ങളും ബുദ്ധിജീവികളാണെന്ന് മറ്റുള്ളവരെക്കൊണ്ട് പറയിപ്പിക്കുന്നതിനുവേണ്ടി ചില ഭരണാധികാരികളായ ചിലരും പതിവായി അമ്പതുപേർക്കിരിക്കാവുന്ന മിനിയിൽ വരാറുണ്ടായിരുന്നു. അധികാരികളോരോരുത്തരും കടന്നുവരുമ്പോൾ അവരെപ്പോഴും ധരിക്കുന്ന മുഖംമൂടി ചൂണ്ടിക്കൊണ്ട് അനിൽ ആരോടെന്നില്ലാതെ ഒരു വെളിപാടെന്നപോലെ വിളിച്ചുപറയും – "ചതി!" പ്രമാണികളിൽ ചിലർ കണ്ണുരുട്ടി മുഖം ചുവപ്പിക്കും. ചിലർ അന്ധാളിച്ച് നിൽക്കും.

"അരക്കിറുക്കന്റെ വിജ്ഞാനം" – അവനെ പുച്ഛിച്ചുകൊണ്ട് അവരോരോരുത്തരും സ്വന്തം മുഖങ്ങൾ കൂടുതൽ ഒളിപ്പിച്ച് വെളുപ്പിച്ച് വയ്ക്കും.

സിനിമ ആരംഭിച്ചാൽ അവർ കുപ്പി പൊട്ടിക്കാനും തുടർച്ചയായി സിഗരറ്റ് പുകയ്ക്കാനും കൊഞ്ചലോടെ കലപിലാരവം കൂട്ടാനും തുടങ്ങും.

"അവനവനെത്തന്നെ ചതിക്കുന്നതാണ് ഏറ്റവും വലിയ ചതി." അപ്പോൾ അനിൽ വിശദീകരിക്കും.

അന്നും പതിവുപോലെ "കുടിക്കരുത്, പുകവലിക്കരുത്" എന്ന് മൂന്നു പ്രാവശ്യം നിയോൺബോർഡ് തെളിഞ്ഞിട്ടും അവർ അനുസരിച്ചില്ല. തുടർന്ന് അപായസൂചനയുണ്ടായി. എന്നിട്ടും അവർ കുലുങ്ങിയില്ല.

ഉടൻ അനിൽ അവൻ കണ്ടുപിടിച്ച് പരീക്ഷിച്ചുകൊണ്ടിരിക്കുന്ന വാതകക്കുപ്പി പൊട്ടിച്ചു.

അനിൽ കുപ്പി പൊട്ടിക്കുന്നു.

വാതകം സെക്കന്റിനുള്ളിൽ സിനിമാഹാളിൽ വ്യാപിച്ചു. പ്രമാണികളായ കുടിയന്മാർക്കും പുകവലിക്കാർക്കും ചൊറിയാൻ തുടങ്ങി. മൂക്കിനുള്ളിൽ, മീശയിൽ, വായിൽ, താടിയിൽ, അണ്ണാക്കിൽ, ശ്വാസനാളത്തിൽ, കണ്ണിണകളിൽ എല്ലാം ഭയങ്കര ചൊറിച്ചിൽ. ചൊറിച്ചിലോട് ചൊറിച്ചിൽതന്നെ. ഒരാൾ വായിൽ കൈയിട്ടു മാന്തി ചോര തുപ്പി. വേറൊരു അധികാരി മൂക്കു കീറിപ്പൊളിക്കാൻ തുടങ്ങി. ഒരു പ്രമാണി സ്വന്തം സുന്ദരമുഖം സ്വന്തം നഖത്താൽ മാന്തിപ്പൊളിച്ചു. മുഖംമൂടികൾ അടർന്നുവീഴുന്ന അലർച്ച.

പ്രമാണിമാരുടെ സ്തുതിപാഠകന്മാർ ഓടിക്കൂടി തിയേറ്ററുടമയുടെ നേരെ തിരിഞ്ഞപ്പോൾ ഭീരുവായ അയാൾ തന്നെത്തന്നെ ചതിച്ച് അനിലിന്റെ നേരെ വിരൽചൂണ്ടി. അവർ ഒന്നിച്ച് ചേർന്ന് അവന്റെ ഇളംകൈകാലുകൾ വരിഞ്ഞുകെട്ടി വായിൽ തുണി തിരുകി പൊതിരെ തല്ലിച്ചതച്ചു.

ഞങ്ങളെത്തിയപ്പോൾ അവന് ബോധമില്ലായിരുന്നു.

“മണ്ടന്മാരെ അവനെ കൊല്ലല്ലേ. നമ്മുടെ യജമാനന്മാരുടെ ചൊറിച്ചില് മാറ്റാനുള്ള മറുമരുന്ന് അവന് മാത്രമേ അറിയൂ.” ഏതോ ഒരു വിദ്വാന്റെ ശബ്ദം അശരീരിപോലെ കേട്ടു.

ഉടൻ ചൊറിച്ചിലുകൊണ്ട് എരിപൊരി പിടയുന്ന പ്രമാണിമാരിലൊരാൾ ഏതോ ബോധോദയംപോലെ ഓർഡറിട്ടു – “തല്ലു നിറുത്തൂ. തൽക്കാലം അവനെ കൊല്ലേണ്ട.”

■

മൂങ്ങയുടെ മാജിക്

കഥയിലേക്ക് കടക്കുംമുമ്പേ ഒരു സെക്കന്റ് ഇവരെ ഒന്നു പരിചയപ്പെട്ടോളൂ. ഇക്കഥയിലെ പ്രധാനികളാ. ഇവരെക്കുറിച്ച് അറിയുന്നത് ജീവിതത്തിൽ ഗുണം ചെയ്യും. എവിടെയും ഫസ്റ്റാവാം.

അമ്മ മൂങ്ങ

ഒരു ശബ്ദവുമുണ്ടാക്കാതെ മൂങ്ങയ്ക്ക് പറക്കുവാൻ കഴിയും. ഇതിനു കാരണം പഞ്ഞിപോലുള്ള കുഞ്ചിരോമങ്ങളാണ്.

ഇനി കഥ തുടങ്ങുന്നു...

എന്റെ ഭഗവാനെ! ഇതെന്താ മാജിക്കാ. തല മുഴുവൻ തടിച്ചിട്ടില്ല. അപ്പോഴേക്കും ഹായ്! ഹായ്! ഇതെന്താ ഈ കാണുന്നേ!

കാ!കാ!കാ!കാ!കാ!

പേനക്കാക്ക നിർത്താതെ ആർത്തുവിളിച്ചു.

അതുകേട്ട് പേനക്കാക്കകളും ബലിക്കാക്കകളും മാത്രമല്ല ആ വൻപുളിമരത്തിലെ പക്ഷികൾ മുഴുവൻ പറന്നെത്തി ഉറ്റുനോക്കി.

പുളിമരത്തിലെ പൊത്തിൽ ഒളിച്ചിരിക്കുന്ന മൂങ്ങക്കുട്ടിയുടെ വായിൽനിന്നും തുരുതുരാ ഉരുണ്ട ഗുളികകൾ!

തന്നെ തുറിപ്പിച്ച് നോക്കുന്ന പക്ഷിക്കൂട്ടത്തെ നോക്കി മൂങ്ങക്കുട്ടി പറഞ്ഞു:

"പേനക്കാക്ക പറഞ്ഞത് പച്ചക്കള്ളം. എനിക്ക് മാജിക് എന്താണെന്നുപോലും അറിഞ്ഞുകൂടാ."

"പിന്നെ ഞങ്ങൾ കണ്ടതോ?" കൊച്ചു കൊക്ക് നീട്ടിക്കൊണ്ട് ബുൾബുൾ പക്ഷി ചോദിച്ചു.

അതുകേട്ട് മൂങ്ങക്കുട്ടി നേരു പറഞ്ഞു:

"നിങ്ങൾക്ക് കേൾക്കണോ കൂട്ടരേ ഇന്നലെ രാത്രി എന്റെ അമ്മ നാല് എലികളെ പിടിച്ചു!!"

"ങ്ഏ! എങ്ങനെ? ഒരു കിന്നരിമൈന ചോദിച്ചു.

"ചങ്ങാതി, നോക്ക്." മൂങ്ങക്കുട്ടി കണ്ണുകൾ ചൂണ്ടി പറഞ്ഞു: "ഈ വലിയ കണ്ണുകൾകൊണ്ട് മാത്രമല്ല, ചെവികൊണ്ടും ഞങ്ങൾക്ക് കാണാൻ കഴിയും. അതുകൊണ്ട് ദൂരെ നിന്നേ എലികളെ കണ്ടു. ഉടൻ കൂരിരുട്ടിലൂടെ ശബ്ദമുണ്ടാക്കാതെ പറന്നുചെന്ന് അമ്മ കൂർത്തുവളഞ്ഞ കൊക്ക്കൊണ്ട് എലികളെ പിച്ചിക്കീറി. ഞാൻ ഉരുക്ക് സൂചിപോലെയുള്ള എന്റെ നഖങ്ങൾകൊണ്ട് ഒരെലിയെ മാന്തിയാണ് കീറിയത്."

"എന്നിട്ട് ചത്ത എലികൾ എവിടെ?" കണ്ണുവെട്ടിച്ചുകൊണ്ട് പേനക്കാക്ക ചോദിച്ചു.

"ഞങ്ങൾ വിഴുങ്ങി. ഞാൻ വിഴുങ്ങിയ എലിയുടെ എല്ലുകളും രോമങ്ങളും ദഹിക്കാതെ വയറിൽ കിടന്ന് ഉരുണ്ട് ഉണ്ടയായി.

അതാണ് ഞാൻ വായിലൂടെ പുറന്തള്ളുന്ന ഗുളികകകൾ. ഇതെങ്ങനെ മാജിക്കാവും?"

"അപ്പോൾ നിങ്ങൾ മനുഷ്യർക്ക് ചെയ്യുന്ന ഉപകാരം എത്രയോ വലുതാണ്." ചുവന്ന കണ്ണുകളുള്ള ചെമ്പോത്ത് ചോദിച്ചു: "എലിപ്പനിയും പ്ലേഗും പരത്തുന്ന എലികളെ തിന്നൊടുക്കുന്ന നിങ്ങൾ മനുഷ്യരുടെ സഹായികളാണെന്ന് എത്രപേർക്കറിയാം. അറിയാമായിരുന്നെങ്കിൽ

"കൂരിരുട്ടിന്റെ കിടാത്തിയെന്നാൽ
സൂര്യപ്രകാശത്തിനുറ്റതോഴി"

എന്ന് കാക്കയെ വാഴ്ത്തിയവർ എന്തുകൊണ്ട് നിങ്ങളെ സ്തുതിക്കുന്നില്ല?"

"വാഴ്ത്തി സ്തുതിക്കണമെങ്കിൽ ഇവറ്റയെ കാണണമല്ലോ. അതിന് പകൽ പുറത്തിറങ്ങാനുള്ള ധൈര്യം വേണം." പേനക്കാക്ക പറഞ്ഞു.

"ധൈര്യമില്ലെന്ന് ആരു പറഞ്ഞു?" മൂങ്ങക്കുട്ടി ചൊടിച്ചു.

"എങ്കിൽ ഇന്നുതന്നെ പകൽ പുറത്തിറങ്ങ്." കാക്ക വെല്ലുവിളിയുയർത്തി.

വരുന്നതുവരട്ടെ എന്ന് കരുതി പട്ടാപ്പകൽ പുറത്തിറങ്ങിയ മൂങ്ങക്കുട്ടിയെ കാക്കകൾ കൂട്ടംകൂടി കൊത്തി.

ചിറകൊടിഞ്ഞ് വീണ മൂങ്ങയെ ഒരു സ്കൂൾകുട്ടി വാരിയെടുത്ത് മൃഗാശുപത്രിയിലെത്തിച്ചു. ഡോക്ടർ മുറിവ് വെച്ചുകെട്ടി.

മൂന്നുനാല് ദിവസം കഴിഞ്ഞപ്പോൾ മുറിവുണങ്ങി.

തടിച്ചുരുണ്ട ദേഹം, കുറിയ വാൽ, പൂപോലെ മിനുസമാർന്ന തൂവൽ. ആ തൂവലിൽ തലോടി കണ്ണുനിറഞ്ഞുകൊണ്ടായാലും അവൾ മൂങ്ങക്കുട്ടിയെ അന്നുതന്നെ തുറന്നുവിട്ടു.

രണ്ടുനാൾ കഴിഞ്ഞപ്പോൾ മുറ്റത്തെ തെങ്ങിൽ വട്ടത്തിൽ തീർത്ത ഒരു പൊത്ത് കാണായി. അതിൽനിന്നും ഒരു വട്ടമുഖം നീണ്ടുവന്നു. കുട്ടി ആ മുഖം തിരിച്ചറിഞ്ഞു. ആ മുഖത്തോട് ചേർന്ന് കഴുത്ത് എന്നൊന്നില്ല എന്നു തോന്നും. അങ്ങനത്തെ മുഖം ആ മൂങ്ങക്കുട്ടിയുടേതല്ലേ? അതെ. ആ മുഖഭാവവും നോട്ടവും കണ്ടപ്പോൾ അതിങ്ങനെ പറയുന്നതുപോലെ-

ഇല്ല ചങ്ങാതി, എന്റെ പ്രാണൻ രക്ഷിച്ച നിന്നെ വിട്ടുപിരിയാൻ എനിക്ക് കഴിയില്ല. എവിടെപോയാലും കൂരിരുട്ടിലൂടെ ഞാൻ ഇവിടെത്തന്നെ തിരിച്ചെത്തും!

കുട്ടിച്ചാത്തൻ മൂങ്ങ

കഴുകൻ മൂങ്ങ

മുയൽച്ചെവിയൻ മൂങ്ങ

കളപ്പുര മൂങ്ങ

■

ക്ലാസ്മുറിയിലെ സംശയം

"പഴയ ബസ്സ് കയറ്റം കയറുമ്പോൾ ശ്രദ്ധിച്ചിട്ടുണ്ടോ?" സാറ് എല്ലാവരോടുമായി ചോദിച്ചു.

"ബസ്സിന്റെ സ്പീഡ് കുറയും സാർ."

"ഒച്ചിനെപ്പോലെ ബസ്സ് ഇഴഞ്ഞിഴഞ്ഞാവും കയറുക."

"മൂത്തൻ കാളയെപ്പോലെ കിതച്ച് കിതച്ചാവും കയറുക."

ഇങ്ങനെ കുട്ടികൾ രസകരമായ ഉത്തരങ്ങൾ പറഞ്ഞു.

സാറ് ചിരിച്ചുകൊണ്ട് ചോദിച്ചു:

"നിങ്ങൾ പറഞ്ഞതെല്ലാം ശരി. ബസ്സിന്റെ പിന്നിൽ നോക്കിയാലോ?"

ഗുമുഗുമാന്ന് പുക, കറുത്ത പുക.

സാറിന് കേൾക്കേണ്ടിയിരുന്ന ഉത്തരം അതായിരുന്നു.

ലോറി കയറ്റം കയറുമ്പോഴും ഗുമുഗുമാന്ന് പുക.

പഴയ കാറ് കയറ്റം കയറുമ്പോഴും ഗുമുഗുമാന്ന് പുക.

പഴയ സ്കൂട്ടർ കയറ്റം കയറുമ്പോഴും ഗുമുഗുമാന്ന് പുക.

പഴയ ബൈക്ക് കയറ്റം കയറുമ്പോഴും ഗുമുഗുമാന്ന് പുക.

എഞ്ചിനിൽ ഇന്ധനം കത്തുമ്പോഴാണ് പുക പുറത്തുവരുന്നത്. ഒന്നുകിൽ പെട്രോൾ കത്തും. അല്ലെങ്കിൽ ഡീസൽ. ഏത് കത്തിയാലും ഭയങ്കര ചൂടായിരിക്കും എഞ്ചിനുള്ളിൽ. ആ ചൂട് പുറന്തള്ളണം. പുറത്ത് കളയണം. ഇല്ലെങ്കിൽ എഞ്ചിൻ ചുട്ടുപഴുത്ത് നശിക്കും. അങ്ങനെ നശിക്കാതിരിക്കാനാണ് നാം വെള്ളം ഒഴിക്കുന്നത്. എവിടെയാണ് വെള്ളം ഒഴിക്കുക? റേഡിയേറ്ററിൽ. കാറ്, ബസ്സ്, ജീപ്പ്, വാൻ, ലോറി – എല്ലാത്തിനും റേഡിയേറ്റർ ഉണ്ട്.

എന്നും അതിരാവിലെ അതിൽ വെള്ളം നിറയ്ക്കണം. അതിനു ശേഷമേ വണ്ടി സ്റ്റാർട്ടാക്കാവൂ, ഓടിക്കാവൂ. ഓടുമ്പോൾ എഞ്ചിനിൽ ഒരുപാട്, ഒരുപാട് ചൂടുണ്ടാവും. അതെല്ലാം വെള്ളം വലിച്ചെടുക്കും.

സാറ് ഇത്രയും പറഞ്ഞ് നിർത്തിയപ്പോൾ മേഘലയ്ക്ക് സംശയം–

സാർ, കാറ് അതിവേഗം ഓടുമ്പോൾ ഒരുപാട് ചൂട് ഉണ്ടാവില്ലേ? ഇടതടവില്ലാതെയല്ലേ ചൂട് ഉണ്ടാവുക? അത്രയും അധികം ചൂട് വെള്ളം വലിച്ചെടുക്കുമ്പോൾ അത് ചൂടായി തിളച്ചുമറിയുകയില്ലേ? തുടർന്ന് ആവിയായി അന്തരീക്ഷത്തിലേക്ക് ഉയരില്ലേ? അങ്ങനെ റേഡിയേറ്ററിലെ വെള്ളമെല്ലാം നീരാവിയായി നഷ്ടപ്പെടില്ലേ? എങ്കിൽ എഞ്ചിൻ ചുട്ടുപഴുത്ത് നശിക്കുകില്ലേ?

പക്ഷേ അങ്ങനെ സംഭവിക്കുന്നില്ല, എന്തുകൊണ്ട്?

(ആലോചിച്ചാൽ എന്തെങ്കിലും ഒരുത്തരം തോന്നും. അത് ശരിയാണോ എന്നറിയാൻ തുടന്ന് വായിക്കുക.)

"മേഘയുടെ സംശയം ഒന്നാംതരം. ക്ലാസിന്റെ മുഴുവൻ അഭിനന്ദനം." സാറ് പറഞ്ഞു.

Congrats! എല്ലാവരുടെ നാവിൻതുമ്പിൽനിന്നും ഉയർന്ന അനുമോദനം congras-congratuations ക്ലാസിൽ മൊത്തം മുഴക്കമായി. അപ്പോൾ സാറിന് സംശയം തീർക്കാൻ എന്തെന്നില്ലാത്ത ആവേശം.

ഒരു കിലോഗ്രാം വെള്ളത്തിന്റെ താപനില ഒരു ഡിഗ്രി സെൽഷ്യസ് ഉയർത്താൻ 4200 ജൗൾ താപം വേണം. ഒരു ഡിഗ്രിക്ക് 4200. 100 ഡിഗ്രി ചൂടായാലേ വെള്ളം തിളയ്ക്കൂ. അതിന് വേണ്ട ചൂട് 420000 ജൗൾ. മഹാ താപം. അത്രയും താപം ആവിയാവാതെ തന്നെ താങ്ങാനുള്ള കഴിവ് വെള്ളത്തിനുണ്ട്. അതുകൊണ്ട് റേഡിയേറ്ററിലെ വെള്ളത്തിന്റെ താപനില അമിതമായി വർദ്ധിക്കുന്നില്ല. അത് ആവിയാവുന്നില്ല.

ഒരു വസ്തുവിന്റെ താപം താങ്ങാനുള്ള കഴിവാണ് heat capacity അല്ലെങ്കിൽ താപധാരിത. വലിയ താപധാരിത ഉള്ള വസ്തുവാണ് വെള്ളം. വാഴ്ത്തേണ്ട ഒരു വിശിഷ്ട പദാർത്ഥം.

■

കാലനെ കുഴക്കിയ നചികേതസ്സ്

ആളുകൾ ഒരുപാട് കൂടിയിട്ടുണ്ട്. ചക്രവർത്തിയുടെ പശുദാനം പൊടിപൊടിക്കുകയാണ്. പക്ഷേ, എന്തു കാര്യം? ദാനം കിട്ടിയവർക്ക് ഒട്ടുമേ തൃപ്തിയില്ല. എങ്ങും പരാതി. പശുക്കളെല്ലാം ഒന്നിനും കൊള്ളാത്തത്. ചിലത് കണ്ണുപൊട്ടികൾ. ചിലത് മുടന്തികൾ. മറ്റു ചിലത് ഒറ്റക്കൊമ്പികൾ. അല്ലെങ്കിൽ കറവ വറ്റിയവ. "ഈ ചാവാലികളെയാണോ ദാനം ചെയ്യേണ്ടത്? നല്ലത് നൽകിയാലല്ലേ ദാനമാവൂ?" ജനം മുനികുമാരനോട് പരിഭവം പറഞ്ഞു. കുമാരൻ തലയാട്ടി ശരിവെച്ചു.

"എങ്കിൽ ഇക്കാര്യം അച്ഛനോടൊന്ന് ചോദിക്കാൻ ധൈര്യമുണ്ടോ?" ജനം സ്വരം താഴ്ത്തി ചോദിച്ചു.

"തീർച്ചയായും." കുമാരൻ പിതാവിനെ സമീപിച്ചു.

"അച്ഛാ... അച്ഛന് ഏറ്റവും പ്രിയം ആരോടാ?"

"എന്താ ത്ര സംശയം. എന്റെ പൊന്നുമോനോട്!"

"എങ്കിൽ ആ ചാവാലിപശുക്കൾക്ക് പകരം എന്നെ ദാനമായി കൊടുക്കൂ?"

"കൊടുക്കും, കൊടുക്കും - ഒടുക്കം."

"ആർക്ക്, ആർക്ക്?"

കുമാരൻ വീണ്ടും വീണ്ടും ചോദിച്ചു.

സഹികെട്ട അച്ഛൻ കോപത്തോടെ പറഞ്ഞു:

"നിന്നെ കൊടുക്കാം യമദേവന് - മരണദേവന്!"

എങ്കിൽ അച്ഛൻ മോഹിച്ചത് തന്നെ നടക്കട്ടെ എന്ന് പറഞ്ഞ് കുമാരൻ യാത്ര പുറപ്പെട്ടു.

"അയ്യോ മോനേ പോവല്ലേ. യമദേവൻ മരണദേവനാ. നിന്നെ കണ്ടാൽ കൊല്ലും." അച്ഛൻ നെഞ്ചത്തടിച്ച് നിലവിളിച്ച് മോനെ തിരിച്ചുവിളിച്ചു.

പക്ഷേ, കുമാരൻ കേട്ടഭാവം നടിച്ചില്ല. യമദേവനോട് ഒരു സംശയം ചോദിക്കണമെന്ന് കരുതിയിട്ട് നാളെത്രയായി? അച്ഛന്റെ വായിൽനിന്നുതന്നെ വീണുകിട്ടിയ ഈ അവസരം മുതലാക്കാം എന്നുറച്ച് കുമാരൻ യാത്ര തുടർന്നു.

ഏകാന്തവഴിയിലൂടെ ദിനരാത്രങ്ങൾ സഞ്ചരിച്ച് കുമാരൻ യമലോകത്തെത്തി.

ദാഹിച്ച് വലഞ്ഞുവിശന്ന് പൊരിഞ്ഞ് മൂന്നു ദിവസം നിന്ന നിൽപ്പിൽ കാത്തുനിന്നിട്ടേ യമദേവനെ കാണാനായുള്ളൂ. കണ്ട ഉടൻ യമദേവൻ പുഞ്ചിരി പൊഴിച്ച് നെറുകയിൽ വലംകൈ വെച്ച് അനുഗ്രഹിച്ചു.

"നചികേതസ്സേ, ഞാൻ നിന്നിൽ പ്രസാദിച്ചിരിക്കുന്നു. കഷ്ടപ്പെട്ട് ഇവിടെ എത്തിയ നിനക്ക് മൂന്ന് വരം തരാം."

തെല്ലുനേരം കുമാരന് മിണ്ടാനേ കഴിഞ്ഞില്ല.

അതുകണ്ട് യമദേവൻ വീണ്ടും കനിഞ്ഞരുളി: "നിനക്ക് ഇഷ്ടമുള്ള മൂന്ന് വരം ചോദിക്കൂ മോനേ."

കുമാരൻ ചോദിച്ച ആദ്യവരം: "അച്ഛനെ ബാധിച്ചിരിക്കുന്ന ആധി മാറ്റണേ."

രണ്ടാമത്തേത് അഗ്നിയെക്കുറിച്ചുള്ള ഒരു സംശയമായിരുന്നു. രണ്ടും സാധിച്ചുകിട്ടി. പക്ഷേ, മൂന്നാമത്തേത് യമദേവനെപ്പോലും കുഴക്കി.

മരിച്ചവർക്ക് വീണ്ടും ജീവിതം ഇല്ലേ? ഇല്ലെങ്കിൽ അവരുടെ ഊർജ്ജവും ജീവനും എവിടെ പോകുന്നു?"

"കുമാരാ, ഈ സംശയം പിൻവലിച്ചേ പറ്റൂ. അങ്ങനെ ചെയ്താൽ നിന്നെ ഭൂലോകധനികനാക്കാം."

"അതൊന്നും എനിക്കു വേണ്ട. എന്റെ സംശയം തീർത്തു തന്നാൽ മതി."

"ഇല്ലെങ്കിലോ?"

"ഇവിടെനിന്ന് ആ അറിവിനായി തപസ്സു ചെയ്യാം - മരണം വരെ."

അതുകേട്ട് യമദേവൻ പോലും തലകുനിച്ചു. മരണാനന്തരം എന്ത് എന്ന് പറഞ്ഞുകൊടുത്തു. അതാണ് കഠോപനിഷത്ത്.

കണ്ടില്ലേ അറിവിനായുള്ള നചികേതസിന്റെ ദൃഢനിശ്ചയം.

ഓരോ വർഷവും സ്കൂൾ തുറക്കുമ്പോൾ ഓരോ വിദ്യാർത്ഥിയോടും ഈ കഥ മന്ത്രിക്കുന്നുണ്ട്. "നചികേതസ്സിനെപ്പോലെ നിത്യം അറിവിനായി അധ്വാനിക്കുക. അറിയുക."

■

വഴിയമ്പലത്തിൽ ഒരു രാത്രി

(ഈ കഥയിൽ-

വഴിയമ്പലം എന്നാൽ ഈ ലോകം. അതിന്റെ മുൻവാതിൽക്കൽ ജനനവും പിൻവാതിൽക്കൽ മരണവും സംഭവിക്കുന്നു.

മഹർഷി എന്നാൽ - ഗാന്ധി, ക്രൈസ്റ്റ്, ബുദ്ധൻ, മാർക്സ്, ലെനിൻ, പ്രിസ്ഗ്രീൻ മുതൽ പേരിലാരെയെങ്കിലുംപോലെ ജീവിതത്തിൽ സന്ന്യാസിയായ ഒരു മഹാത്മാവ്.

രാത്രി എന്നാൽ – മിന്നൽ വേഗത്തിൽ തീരുന്ന മഹാത്മാവിന്റെ ആയുസ്സ്. ഇത്രയും ഉൾക്കൊണ്ടാൽ കഥയിലേക്ക് കടക്കാം.)

രാവും പകലും കെട്ടുപിണയുന്ന ഒരു സന്ധ്യയ്ക്ക് ആ പച്ചപ്പു കാണുന്ന വഴിയമ്പലത്തിന്റെ പഴയ ഗോപുരനടയിൽകൂടി ഏതോ വികൃതമായ ഒരു ജന്തു കടന്നുവരുന്നതുകണ്ട ആദ്യത്തെ ആൾ അമ്പരന്ന് ഭയന്ന് ഒരാനയെപ്പോലെ ചിന്നംവിളിച്ച് ബഹളം കൂട്ടി.

അമ്പലത്തിൽ അപായമണി മുഴങ്ങി.

‘‘മഹർഷി, ഇങ്ങോട്ടേക്ക് ഈ നേരത്ത് വരാൻ ആരാണ് നിങ്ങൾക്ക് പാസ്സ് തന്നത്?”

“ഞാനാരോടും പാസ്സ് ചോദിച്ചില്ല. ഒരുപക്ഷേ ഞാനൊരു വഴിപോക്കനായതിനാലാവാം എന്നെ ഇവിടേക്ക് തള്ളിവിട്ടത്.”

‘‘നിങ്ങൾ എങ്ങ് നിന്ന് വരുന്നു? എങ്ങോട്ട് പോകുന്നു? എന്താണീ യാത്രയുടെ ഉദ്ദേശം?”

മഹർഷി മിണ്ടാട്ടം മുട്ടി വീർപ്പുമുട്ടുന്നതുപോലെ പരവശനായി.

ചുളിവുകൾ വീണ് വിണ്ട കവിൾത്തടങ്ങളിൽ കണ്ണീർ ധാരധാര യായി ഒഴുകി.

"നിങ്ങൾ എന്തിനാണ് കരയുന്നത്?"

"എനിക്കൊന്നും അറിയില്ലല്ലോ എന്നോർത്ത്. നിങ്ങൾ എന്നോട് പൊറുക്കണം. നിങ്ങളുടെ സംശയം തീർക്കാനായി എത്രയെത്ര കാലം കൊടും തപസ്സനുഷ്ഠിച്ചു! പക്ഷേ എനിക്കൊന്നും മനസ്സി ലായില്ല. എന്റെ കഴിവുകേട് മാപ്പാക്കി അല്പനേരമെങ്കിലും ഒന്ന് തല ചായ്ക്കാൻ അല്പം സ്ഥലം തരണം."

"ആരാണ് നിങ്ങൾക്ക് ഈ വഴിയമ്പലം കാണിച്ചുതന്നത്?"

"അതും എനിക്കറിയില്ല. എന്റെ കണ്ണുകൾ മൂടിക്കെട്ടിയിരുന്നു. എന്റെ കാതുകൾ അടഞ്ഞിരുന്നു. എന്നെ അടക്കം ചെയ്തിരുന്ന പെട്ടി തുറന്നപ്പോഴേ എനിക്ക് സ്ഥലകാലബോധമുണ്ടായുള്ളൂ. എന്റെ ഹൃദയമിടിപ്പുപോലും കേട്ടുള്ളൂ."

പാതിരാവായപ്പോഴേക്കും ആളുകൾ പിരിഞ്ഞിരുന്നെങ്കിലും വഴി യമ്പലത്തിലെ വാണിഭശാലയിൽ ആരൊക്കെയോ എന്തൊ ക്കെയോ ഒച്ചവച്ചിരുന്നു.

നടവഴിയിൽ കിടന്നാണ് മഹർഷി മയങ്ങിയത്. അതിനടുത്തായി നേർക്കുനേരെയുള്ള രണ്ട് മുറികളിൽ നിന്നുയർന്ന തേങ്ങലും പൊട്ടി ച്ചിരിയും മഹർഷിയെ ഉണർത്തി.

തേങ്ങൽ ഒറ്റപ്പെട്ടതായിരുന്നില്ല. അനേകായിരം തേങ്ങലുകളുടെ കലക്കമായിരുന്നു. ഇടിമുഴക്കത്തിന്റെ അലർച്ചയോടെ പാതാള ത്തിന്റെ ആഴത്തിൽ തേങ്ങലുകളുടെ ആമസോൺ മഹർഷിയുടെ ഉള്ളിലേക്കൊഴുകിയപ്പോൾ അദ്ദേഹം പൊട്ടിത്തെറിച്ച് കലികയറി യവനെപ്പോലെ പൊട്ടിച്ചിരിയുടെയും പൊട്ടിക്കരച്ചിലിന്റെയും ഇട യ്ക്കുള്ള കൽഭിത്തികളിൽ ആഞ്ഞിടിച്ചു. വഴിയമ്പലം കുലുങ്ങി. പൊട്ടിച്ചിരിയുടെ അറയിൽനിന്ന് ആയുധങ്ങൾ ഇരമ്പലോടെ പാഞ്ഞുവന്നാർത്തുവിളിച്ചു–

"ഞങ്ങൾ സ്വന്തമാക്കിയ സുഖക്കോട്ട തകർക്കുന്ന കൈകൾ തങ്ങൾ അരിഞ്ഞുതള്ളും."

"ഞാൻ പേടിക്കില്ല. വെറുതെ മഹത്തായ മനുഷ്യജീവിതം ചോര യിലാഴ്ത്തരുത്. ഈ വഴിയമ്പലം ആരുടെയും സ്വന്തമല്ലെന്നോർക്കൂ. ജന്മാവകാശം എല്ലാവർക്കുമുണ്ട്. ഇതാ, ആ കാഴ്ച നിങ്ങൾ കാണു ന്നുണ്ടോ?"

അണ്വായുധധാരികൾ വഴിയമ്പലത്തിന്റെ കണ്ണെത്താത്ത ദൂര ത്തിലുള്ള പിൻവാതിൽക്കലെ ധർമ്മസങ്കടം കണ്ട് നടുങ്ങിനിന്നു.

ആർക്കും സുഖത്തിന്റെ കളിത്തൊട്ടിലിലായാലും എന്നെന്നും ഇവിടെ കഴിയാനാവില്ല.

കണ്ടിട്ടും കാണാതിരുന്ന എന്തോ അവർ കാണുകയായിരുന്നു. കേട്ടിട്ടും കേൾക്കാതിരുന്ന എന്തോ അവർ കേൾക്കുകയായിരുന്നു.

അതിനിടെ ഞൊടിയിടയിൽ അതിർഭിത്തി ഒരായിരം ഇടിയേറ്റ് അടർന്നുവീണു. വഴിയമ്പലത്തിനുള്ളിലെ രണ്ട് ലോകങ്ങൾ ഒന്നായി. കണ്ണീരും പൊട്ടിച്ചിരിയും ഇടകലർന്നൊഴുകി.

ചേരിതിരിഞ്ഞ് കഴിഞ്ഞിരുന്നവർ ഒന്നിച്ചുചേർന്ന് ഓശാനപാടി - വഴിപോക്കർ വരും, പോകും. പക്ഷേ വഴിയമ്പലം ആരുടേയും സ്വന്തമല്ല.

ശേഷം ഒരു ഗൂഢാലോചനയിലൂടെ ഇതിലെന്തോ ഉണ്ടെന്ന് ഊഹിച്ചവർ പുലരുംമുമ്പേ മഹർഷിയെ വിലങ്ങുവെച്ച് പിന്നിലെ വാൾ വായയിൽ കഴുത്ത് കുടുക്കി ഞെരിച്ച് പുറംതള്ളി, കൈ കഴുകി.

വഴിയമ്പലത്തിലെ ആരും കണ്ടിട്ടില്ലാത്ത, അനന്തതയോളം ആഴ മുള്ള ഇരുൾക്കുഴിയിൽനിന്ന് മഹർഷിയുടെ തലയോടും അസ്ഥിയും പൊട്ടിത്തെറിക്കുന്ന ശബ്ദം കേട്ട് അതിരാവിലെ ഉറക്കമുണർന്ന ഒരു വഴിപോക്കൻ വഴിയമ്പലത്തിന്റെ മറ്റൊരറ്റത്തിരുന്ന് ചോദിച്ചു-

“എവിടെന്ന്, എന്തിനാണ് മഹർഷി വന്നത്? എവിടേക്കാണ് അദ്ദേഹം പോയത്?”

“ആർക്കറിയാം.”

“ആർക്കും അറിയില്ലായിരിക്കാം. എന്നിരുന്നാലും നമുക്ക് ചോദ്യ ങ്ങൾ ചോദിച്ചുകൊണ്ടേയിരിക്കണം. ഉത്തരം കണ്ടെത്താൻ മറ്റൊരു മഹർഷി എന്നെങ്കിലും ഇതുവഴി വരാതിരിക്കില്ല.”

ഇതെല്ലാം കേട്ടറിഞ്ഞ അധികാരികളിലൊരാൾ ഒരുത്തരവ് പുറ പ്പെടുവിച്ചു.

ആരും അനാവശ്യം ആലോചിക്കരുത്. ചോദിക്കരുത്. വഴിയ മ്പലത്തിന്റെ ഏതെങ്കിലും കോണിൽ എന്തെങ്കിലും നടന്നോട്ടെ. നമുക്ക് മൗനം ദീക്ഷിച്ച് പണ്ടത്തെപ്പോലെതന്നെ തമ്മിൽ അറിയാ തെയും തമ്മിൽ പൊരുതിയും കഴിയാം.

■

വരുന്ന വേനലൊഴിവിന്

ഒരു ജനുവരി 30 കൂടി.

ഈ ദിനം നമ്മോട് മൗനമായി മന്ത്രിക്കുന്നുണ്ട്.

> "സത്യം പറയുമ്പോൾ ഞാൻ ഒറ്റയ്ക്കാവും.
> ഞാൻ പറയുന്നത് കേൾക്കാൻ ആളില്ലാതിരിക്കും.
> എന്നാൽ–
> മറ്റു ശബ്ദങ്ങൾ തളർന്നാൽ എന്റെ ശബ്ദം
> കേൾക്കാതിരിക്കില്ല."

സത്യത്തിന്റെയും സ്നേഹത്തിന്റെയും ശാന്തിയുടെയും മൂർത്തരൂപമായിരുന്ന മഹാത്മാവിന്റെ അനുഗ്രഹദായകമായ മൃദുലശബ്ദമാണിത്. ആ ശബ്ദങ്ങളെ തടഞ്ഞിരുന്ന ആക്രോശങ്ങളിൽ ചിലതെങ്കിലും ഇന്ന് തളന്നിരിക്കുന്നു.

അതു മാത്രമല്ല; പ്രതിമയിൽ ഒരു മാല ചാർത്തി ഗാന്ധിജിയുടെ ചരമദിനം ആചരിക്കുന്നതിന്റെ കാപട്യം യുവജനങ്ങളെങ്കിലും തിരിച്ചറിയുന്നുണ്ട്. കഴിഞ്ഞ ദിവസം എന്നെ കാണാൻ വന്ന എന്റെയൊരു പൂർവവിദ്യാർത്ഥി തന്നെ ഉദാഹരണം. സ്വപ്രയത്നംകൊണ്ട് ഐ.ഐ.ടിയിലും ഐ.ഐ.എമ്മിലും ഒക്കെ പഠിക്കാനായെങ്കിലും അവനും പണിയെടുക്കേണ്ടിവന്നത് 'സ്വാശ്രയക്കാരുടെ കൂടെ'. വിദേശക്കെണിയുടെ വൻ വാടകക്കമ്പനിയിൽ അടിമപ്പണി ചെയ്ത് ചെയ്ത് മടുത്തപ്പോൾ നാണംകെട്ട പണി വലിച്ചെറിഞ്ഞ് നാടു വിടാൻ നേരത്ത് എന്നെ കാണാൻ വന്നപ്പോൾ അവൻ ധരിച്ചിരുന്ന പുത്തൻ ടീ ഷർട്ടിലെഴുതിയിരുന്നത് എന്തായിരുന്നെന്നോ:

There are many causes that I am prepared to die for. But no causes that I am prepared to kill for - MAHATMA GANDHI സ്വതന്ത്രമായ വിചാരത്തിനും വിവേകത്തിനും വിധിക്കുമുള്ള ശക്തി

നഷ്ടപ്പെടാത്തിടത്തോളം ഗാന്ധിജി ചെലുത്തിയ പ്രേരണ മായുന്നില്ല എന്നല്ലേ ഇത് കാണിക്കുന്നത്.

ഈ ചരമദിനം ദുഃഖവെള്ളിയായിട്ടുതന്നെയാണ് വരുന്നത്. ഇതു മഹാനായ എഴുത്തുകാരൻ റൊമെയ്ൻ റോളണ്ടിന്റെ കണ്ടെത്തലിനെ ഓർമ്മിപ്പിക്കുന്നു.

"പുനരുത്ഥാനം ചെയ്ത ക്രിസ്തുവാണ് ഗാന്ധി."

ഹിന്ദു-മുസ്‌ലിം ഏക് ഹോ.

ഹം എക്ഹോ എന്ന

സർവമതമൈത്രി പ്രവർത്തിപ്പിച്ച് കാണിച്ചതിനു മഹാത്മജി വെടിയേറ്റ് വീണു എന്നറിഞ്ഞപ്പോൾ പേൾ എസ്. ബക്കും വിങ്ങിപ്പൊട്ടി:

"രണ്ടാമത്തെ ക്രിസ്തുവിനെയും കുരിശിൽ തറച്ചു."

ആത്മമഹത്ത്വത്തിലും നന്മയിലും ശീലബുദ്ധിയിലും ഗാന്ധിജി ക്രിസ്തുവിനേക്കാൾ ഒട്ടും താഴെയല്ല. അസാമാന്യമായ, അചഞ്ചലമായ എളിമയിലും കർമ്മനിഷ്ഠയിലും ലളിത ജീവിതോപാസനയിലും അദ്ദേഹം മറ്റാരെയും അതിശയിപ്പിക്കുന്നു.

ഗാന്ധിജി ഒരേസമയം സയന്റിസ്റ്റും ടെക്നോളജിസ്റ്റും ആയിരുന്നു. സത്യം, സ്നേഹം, സമത്വം, അഹിംസ തുടങ്ങിയ ദാർശനിക പ്രശ്നങ്ങളിൽ സത്യാന്വേഷണ ഗവേഷണം നടത്തുമ്പോൾത്തന്നെ അതിൽനിന്നുളവായ അനുഭവപാഠങ്ങൾ പ്രാവർത്തികമാക്കുന്നതിന് ആ കർമ്മയോഗി തന്റെ നാടിനു ചേർന്ന പ്രായോഗിക

തന്ത്രങ്ങളും സദാചാരവും പണിയായുധങ്ങളും ഉപകരണങ്ങളും മാത്രമല്ല വ്യക്തികളെയും കണ്ടെത്തി. ഒരു ടെക്നോളജിസ്റ്റിന്റെ ഈ കർമ്മ വൈഭവമാണ് മഹാത്മാക്കളിൽ മഹാത്മജിയുടെ സ്ഥാനം സവിശേഷമാക്കുന്നത്. അതുപോലെതന്നെ ശരീരബലത്തിനു ഭക്ഷണം പോലെ ഉൾബലത്തിനു ധർമ്മബോധം ജനിപ്പിക്കണമെന്ന് ആ സത്യപ്രവാചകൻ ശഠിച്ചു.

വേലചെയ്യാതെ ആഹാരം കഴിക്കുന്നവൻ മോഷ്ടാവ്,

ആരെയും ശത്രുവായി കരുതാതെ അയാളുടെ ഉള്ളിലെ വിഷം ഇല്ലാതാക്കുവാനാണ് മനസ്സുവെക്കേണ്ടത്,

സത്യം തന്നെയാണ് ദൈവം തുടങ്ങിയ പ്രഖ്യാപനങ്ങൾ ഉദാഹരണങ്ങളാണ്. അവയിലൂടെ ശരീരം, മനസ്സ്, ആത്മാവ് എന്നിവയുടെ ഏകത്വം ഉറപ്പാക്കി സംതൃപ്തവും സമ്പന്നവുമായ ജീവിതം എന്ന ലക്ഷ്യം സാക്ഷാത്കരിക്കാനാണ് അദ്ദേഹം ശ്രമിച്ചത്. ഈ ഏകത്വത്തിലെ താളപ്പിഴയാണ് ഇന്ന് നാം അനുഭവിക്കുന്ന വൈരുധ്യത്തിനും അസമത്വസംഘർഷത്തിനും ദുഃഖത്തിനും കാരണം.

ഗാന്ധിജിയുടെ ജീവിതതത്ത്വശാസ്ത്രം ഈ പ്രശ്നങ്ങൾക്കൊക്കെ പരിഹാരമാകുമോ? വിമർശകർ പറയുംവിധം അദ്ദേഹം ഒരു ബൂർഷ്വാ നേതാവായിരുന്നോ? അന്വേഷിക്കണം. അതിനാദ്യം വായിക്കേണ്ടത് അദ്ദേഹം തന്നെ എഴുതിയ 'എന്റെ സത്യാന്വേഷണ പരീക്ഷണങ്ങൾ'. ഓർക്കുക-വായന വരുന്ന വേനലൊഴിവിനു തന്നെയാവട്ടെ.

■

ഉളിപ്പല്ലന്മാർ ചത്തത് എങ്ങനെ?

പതിയെപ്പതിയെ പതുങ്ങി നീങ്ങി ആ ഭയങ്കരൻ ഇതാ വാതിൽപ്പഴുതിലൂടെ പുറത്തേക്ക് കണ്ണ് ചിമ്മി നോക്കുന്നു-

"നേരം രാത്രിയായില്ലേ?"

അതാണ് ആ സൂത്രശാലിക്ക് അറിയേണ്ടത്. കാരണമുണ്ട്. രാത്രി മാത്രമേ ആ ക്രൂരൻ പുറത്തിറങ്ങൂ.

"ആരാരും കാണാതെ പുറത്തു കടക്കണം. മിന്നൽ വേഗത്തിൽ മണ്ണിര മുറ്റത്ത് എത്തണം. മണ്ണുമാന്തി മണ്ണിരകളെ കടിച്ചു കൊന്നു തിന്നണം."

ആ പാപിയുടെ പേര് പറഞ്ഞില്ലല്ലോ.

ഞാനിട്ടിരിക്കുന്ന പേര്-

ഉളിപ്പല്ലൻ.

അങ്ങനെ പേരിടാൻ കാരണമുണ്ട്. ആശാരിമാരുടെ ചെറുളി കണ്ടിട്ടുണ്ടോ? അതുപോലെ ബലവും മൂർച്ചയും ഉള്ളതാണ് ഉളിപ്പല്ലന്റെ പല്ല്. ഉളിയുടെ വായ്ത്തലപ്പിന് തേയ്മാനം വരാം. എന്നാൽ അദ്ഭുതമെന്നല്ലാതെ എന്തു പറയാൻ? ഉളിപ്പല്ലന്റെ പല്ലു തേയുന്നതിനനുസരിച്ച് വളരും!

എന്നാൽ തുരപ്പൻ എന്ന പേരാണ് ഏറെ പ്രസിദ്ധം. ചിലർ പെരുച്ചാഴി എന്നും വിളിക്കും. പണയെലി എന്ന് വിളിക്കുന്നവരും ഉണ്ട്.

തുരപ്പന്റെ പുര മണ്ണിനുള്ളിലെ മാളം.

മാളം തുരക്കാൻ അവനെത്ര എളുപ്പം! അവന്റെ തലയും മുഖവും നീണ്ട് കൂർത്തതാണ്. കുന്തമുന പോലെ.

കൂർത്തമുഖം മണ്ണിൽ താഴ്ത്തി മാന്തും. എന്നിട്ടും മണ്ണ് തുരക്കാൻ പറ്റിയില്ലെങ്കിലോ? ബലിഷ്ഠങ്ങളായ മുൻകാലുകൾ ഉണ്ടല്ലോ. അവകൊണ്ട് മാന്തി മണ്ണ് ഇളക്കും. ഇളകിയ മണ്ണിൽ തല പൂഴ്ത്തി തള്ളുമ്പോൾ മാളമുണ്ടാവും.

തുരങ്കംപോലെ നീണ്ട് നീണ്ട് പോകുന്ന മാളങ്ങൾക്കുള്ളിൽ പകൽ മുഴുവൻ ഒളിച്ചിരിക്കും. നേരം ഇരുട്ടിയാൽ ഉളിപ്പല്ലൻ ഒരൊറ്റ ച്ചാട്ടം. ഓട്ടത്തോടോട്ടം. പിന്നാലെ തുള്ളിച്ചാടിയും ഓടി മദിച്ചും തുരപ്പന്മാർ തുരുതുരാ പായുന്നു. മണ്ണിര മുറ്റത്തെത്തി മണ്ണ് മാന്തുന്നു. മണ്ണിരകളെ കറുമുറെ കടിച്ചു തിന്നുന്നു.

മുറ്റത്തെ ബഹളം കേട്ട് മണ്ണിരകളെ വളർത്തുന്ന അപ്പൂപ്പൻ ഞെട്ടി ഉണർന്നു. എഴുന്നേറ്റ് ഓടിച്ചെന്ന് വാതിൽ തുറന്ന് നോക്കുമ്പോൾ തുരപ്പന്മാർ പൂനിലാവിലാറാടി രസിച്ച് നാലുപാടും ഓടിമറയുന്നു.

മൂന്നാം സ്റ്റാന്റേർഡുകാരി മേഘയുടെ അപ്പൂപ്പന് പ്രാണനിൽ പ്രാണനാണ് മണ്ണിരകൾ. അവ ചപ്പുചവറും അഴുക്കും മെഴുക്കും എല്ലാം വിഴുങ്ങി ഒന്നാന്തരം വളമാക്കി മാറ്റി മൺപുറ്റിന്റെ രൂപ ത്തിൽ ഓരോ രാത്രിയും മുറ്റം നിറയെ വിതറുന്നു.

പക്ഷേ കഷ്ടം! പിറ്റേന്ന് നേരം വെളുത്തു നോക്കുമ്പോൾ അള മുഖങ്ങളിൽ മണ്ണിരക്കഷ്ണങ്ങൾ. ഉളിപ്പല്ലന്മാർ കുത്തിക്കീറി കൊന്നു തിന്നവയുടെ ബാക്കി ഭാഗങ്ങളാണവ.

പാവം മണ്ണിരകൾ.

കണ്ണില്ലാത്ത ഈ പാവങ്ങളെ കുത്തിക്കീറി കൂട്ടത്തോടെ കൊന്ന് തിന്നു, കണ്ണിൽ ചോരയില്ലാത്ത ദുഷ്ടന്മാർ.

അത് കണ്ടുകൊണ്ടുവന്ന അപ്പൂപ്പന്റെ കൂട്ടുകാരൻ കൃഷി ക്കാരനായ എഴുത്തച്ഛൻ.

എഴുത്തച്ഛനും സങ്കടമായി. അദ്ദേഹം അപ്പൂപ്പനെ ആശ്വസിപ്പിച്ചു കൊണ്ടു പറഞ്ഞു.

"തുരപ്പന്മാരെ തോല്പിക്കാൻ പ്രയാസമാണ്."

"വിഷം വാങ്ങിവെച്ചാൽ പറ്റില്ലേ?"

"പറ്റും. കുറച്ചൊക്കെ ചാവും. പക്ഷേ ചാവുന്നവയേക്കാൾ എത്രയോ കൂടുതൽ എണ്ണമാവും മാസംതോറും പെറ്റ് പെരുകുന്നത്."

എഴുത്തച്ഛൻ സൂചിപ്പിച്ചത് സത്യമായിരുന്നു.

തൊരപ്പൻ, ആണും പെണ്ണും ഉണ്ട്. ഒരു പെൺ പെരുച്ചാഴി ഒരു പ്രസവത്തിൽ എട്ടോ പത്തോ കുഞ്ഞുങ്ങളെ പ്രസവിക്കും. അവ യിൽ പെൺകുഞ്ഞുങ്ങളുണ്ടാവും. രണ്ടുമാസം കൊണ്ട് അവ ഓരോന്നും പെറ്റ് പെരുച്ചാഴിയായി വളർന്നിരിക്കും. തുടർന്ന് അവയും രണ്ട് മാസത്തിലൊരിക്കൽ പ്രസവിക്കുന്നു. അങ്ങനെ ജനി ക്കുന്നവയും രണ്ടു മാസംകൊണ്ട് പ്രായമായി പ്രസവിക്കുകയായി. അങ്ങനെ രണ്ട് പെരുച്ചാഴികൾ ഒരൊറ്റ വർഷംകൊണ്ട് തൊള്ളാ യിരമോ ആയിരമോ ആയി പെരുകുന്നു.

തീറ്റപ്രാന്തന്മാരാണ് ഉളിപ്പല്ലന്മാർ. അവർ കപ്പ് തൊട്ട് നനകിഴങ്ങ്‌വരെ എല്ലാം ഉളിപ്പല്ലുകൊണ്ട് കാർന്നുതിന്നുന്നു.

"അതു മാത്രമല്ല, ഇവറ്റ ജീവനും ഭീഷണിയാണ്."

അപ്പൂപ്പ പറഞ്ഞു.

"പ്ലേഗ്, എലിപ്പനി അങ്ങനെ എത്രയോ രോഗങ്ങളാണ് എലികൾ പരത്തുന്നത്?!" എഴുത്തച്ഛൻ ആരോടെന്നില്ലാതെ ചോദിച്ചു.

അന്നുതന്നെ അവരിരുവരും ചേർന്ന് സിങ്ക് ഫോസ്ഫൈഡ് എന്ന വിഷ ബിസ്ക്കറ്റുകൾ വാങ്ങി മുറ്റത്ത് അങ്ങിങ്ങായി വിതറി. രാത്രി തുരപ്പന്മാർ എത്തും. ബിസ്ക്കറ്റ് തിന്നും. ചത്തുവീഴും. അതായിരുന്നു പ്രതീക്ഷ.

പക്ഷേ എല്ലാം വെറുതെ.

തൊരപ്പന്മാർ സമർത്ഥരും ശക്തരും മാത്രമല്ല, ബുദ്ധിമാന്മാരുമാണ്. അവർ വിഷക്കട്ടകൾ തൊട്ടതേയില്ല. എന്തും വളരെ നാളുകൾ കണ്ടുകണ്ട് പരിചയപ്പെട്ടശേഷമേ അവർ തൊട്ടുനോക്കൂ. അതറിഞ്ഞ അപ്പൂപ്പ മറ്റൊരു തന്ത്രം പയറ്റണമെന്ന ആലോചനയിലായി.

■

ബുദ്ധിപരീക്ഷ

ഘ്ലർ-ഘ്ലർ-ഘ്ലർ-ഖർ-ഖർ-ർർർ-ഡും...ണ്ടും...ഡംണ്ട്ഡം... കാലുറക്കാരൻ തോക്കിന്റെ രണ്ടാമത്തെ കാഞ്ചി വലിച്ചപ്പോഴത്തെ ഒച്ചയും പൊട്ടലും ആണിത്. ഒപ്പം ഗോലിക്കായ വലിപ്പത്തിലുള്ള ഉണ്ടയും പാഞ്ഞുയർന്നു. ഉയരുംതോറും അത് വലുതായി വന്നു. വലുതായി വലുതായി ഡും എന്ന അലർച്ചയോടെ ഒരൊറ്റ പൊട്ട്. അയ്യയ്യാ. അപ്പോഴത്തെ ഒരു കാഴ്ച. ഒരായിരം പൂക്കൾ പൊട്ടിവിടർന്നു. മുല്ലപ്പൂപോലെയുള്ള പൂക്കൾ. അയ്യയ്യാ ആ ആകാശപ്പൂക്കൾ കാണാൻ എന്ത് ചന്തമായിരുന്നു! അവ ഓരോന്നും ഏറുപടക്കംപോലെ പൊട്ടിത്തെറിച്ച് തീപ്പൊരി ചിന്നി. നക്ഷത്രപ്പൂക്കളായി മിന്നിമറഞ്ഞു. ഒരായിരം നക്ഷത്രപ്പൂക്കൾ.

അദ്ഭുതംകൊണ്ട് ഞങ്ങൾ നിശ്ചലരായി. രാഞ്ചേട്ടനും ഇല്ല മിണ്ടാട്ടം.

അതു കണ്ടിട്ടോ എന്തോ രാഞ്ചേട്ടനെ നോക്കി കാലുറക്കാരൻ പറഞ്ഞു.

രാഞ്ചേട്ടൻ എന്നെ തെറ്റിദ്ധരിച്ചു. ഞാൻ ഇന്ദ്രജാലക്കാരനല്ല. ഞാൻ ഒരു എൻജിനീയർ ആണ്. സദാ കൈകൊണ്ട് ജോലി ചെയ്യുന്ന എൻജിനീയർ. ഇന്നോ ഇന്നലെയോ അല്ല ഞാൻ തോക്കുകളെപ്പറ്റി പഠിക്കാനും തോക്ക് നിർമ്മിക്കാനും തുടങ്ങിയത്. എല്ലാം ഞാൻ ഇന്നും ഓർക്കുന്നു. എത്രതരം തോക്ക് ഈ കൈകൾകൊണ്ട് നിർമ്മിച്ചു! പൊട്ടാസിയം നൈട്രേറ്റ്, കരി, ഗന്ധകം ഇവ കലർന്ന വെടിമരുന്ന് നിറച്ച് പൊട്ടിക്കുന്ന ആ പഴയ തോക്ക്. കല്ല് ഉണ്ട ഇട്ട് പൊട്ടിച്ച തോക്ക്. ഇരുമ്പ് ഉണ്ട ഇട്ട തോക്ക്. തിരിയുന്ന വെടിയുണ്ട തുപ്പുന്ന റിവോൾവർ. ദൂരേക്ക് വെടിവെക്കാൻ നിർമ്മിച്ച റൈഫിൾ തോക്ക്. അടുത്തേക്ക് വെടിവെക്കാനുള്ള റിവോൾവർ തോക്ക് - കൈത്തോക്ക്. വെടിമരുന്നിന് പകരം നൈട്രോസെല്ലുലോസ് ഉള്ള

ഇന്നത്തെ തോക്ക്. വെടിയുണ്ടകളും ചെന്തീപുഷ്പങ്ങളും മാറി മാറി വർഷിക്കുന്ന എന്റെ ഏറ്റവും പുതിയ ഈ തോക്ക് – പൂന്തോക്ക്.

ഇവയെല്ലാം എന്റെ ബുദ്ധിയിൽനിന്നും ഉരുത്തിരിഞ്ഞവയാണ്. ഞാൻ വികസിപ്പിച്ചെടുത്തവയാണ്. പടിപടിയായി പണിക്കുറവ് തീർത്ത് നിർമ്മിച്ചവയാണ്.

ഈ ഹരിപുരത്തേക്ക് പറ്റിയ തോക്കാണ് എന്റെ പൂന്തോക്ക്. ഹരിപുരത്തിനു ചുറ്റും കുറ്റിക്കാടും പുൽമേടും അല്ലേ. ഈ കാടിനും മേടിനും അപ്പുറമോ? ഇടതൂർന്ന വൻ കാട്. അതിനപ്പുറം വനാന്തരം. അവിടെനിന്നും രാവെന്നില്ലാതെ പകലെന്നില്ലാതെ കാട്ടുമൃഗങ്ങൾ ഇറങ്ങിവരാം. അവയെ വെടിവെച്ചുകൊല്ലാൻ എളുപ്പമാണ്. പക്ഷേ കാലാന്തരത്തിൽ മൃഗങ്ങളേ ഇല്ലാതാവും. അവയുടെ വംശം മുടിയും. ഇത് നമ്മുടെതന്നെ നാശത്തിന് കാരണമാവും. അപ്പോൾ അവയെ കണ്ടമാനം വെടിവെച്ചുവീഴ്ത്താൻ പാടില്ല; അതേസമയം പേടിപ്പിച്ച് ഓടിക്കുകയും വേണം. അതിനുവേണ്ടി ഈ പൂന്തോക്കിന്റെ രണ്ടാമത്തെ കാഞ്ചി വലിക്കാം. അപ്പോൾ പടക്കം പൊട്ടുന്നപോലെ കൂട്ട വെടി മുഴങ്ങും. തീ പുഷ്പങ്ങൾ അന്തരീക്ഷത്തിൽ പൊട്ടിവിടരും. ഈ ശബ്ദകോലാഹലം കേട്ട് മൃഗങ്ങൾ ഓടിമറയും.

ചിലപ്പോൾ പേപിടിച്ച പുലിയുടെയോ ചെന്നായയുടെയോ ആക്രമണം ഉണ്ടാവാം. ഈ ഒറ്റയാന്മാരെ നേരിടാനും ഈ തോക്ക് മതി. പല പ്രാവശ്യം രണ്ടാമത്തെ കാഞ്ചി വലിച്ച് പേടിപ്പിച്ചു നോക്കിയിട്ടും രക്ഷയില്ലെങ്കിൽ ഒന്നാമത്തെ കാഞ്ചി വലിക്കുക. അപ്പോൾ പാഞ്ഞുചെല്ലുന്ന വെടിയുണ്ട ഏറ്റ് പേമൃഗം വീണു പിടയും.

ഇതു വല്ലതും രാഞ്ചേട്ടന് അറിയുമോ? അറിഞ്ഞിരുന്നെങ്കിൽ ഈ പൂന്തോക്ക് വാങ്ങേണ്ട എന്നു പറയുമോ?

ഈ ചോദ്യത്തിന് രാഞ്ചേട്ടൻ മറുപടി കൊടുത്തു–

പ്രിയപ്പെട്ട എൻജിനീയർ, അങ്ങയുടെ ബുദ്ധിവൈഭവം ഞാൻ മനസ്സിലാക്കുന്നു. താങ്കൾ നിർമ്മിച്ച തോക്കിന്റെ മേന്മയും എനിക്ക് ബോധ്യമായി. പക്ഷേ ഇല്ലാത്ത മേന്മ അതിന് ഉണ്ട് എന്നു പറഞ്ഞു. അതാണ് തെറ്റ്.

"ഏത്? എനിക്കു മനസ്സിലായില്ല. ഒന്നാമത്തെ കാഞ്ചി വലിച്ചു. വെടി പൊട്ടിയില്ലേ?"

"ഉവ്വ്."

"രണ്ടാമത്തെ കാഞ്ചി വലിച്ചു. വെടി പൊട്ടിയില്ലേ?"

"ഉവ്വ്."

"ഒറ്റയടിക്ക് പതിനാറ് വെടി പൊട്ടിയില്ലേ?"

"ഉവ്വ്."

"പിന്നെ തെറ്റ് എവിടെ? എന്താണ് ഇല്ലാത്ത മേന്മ?"

"ഒരു മിനിട്ട് ഇടവിട്ട് വെടി പൊട്ടും എന്നു പറഞ്ഞു. അതുണ്ടായില്ല."

"ആര് പറഞ്ഞു? പതിനാറ് മിനിട്ടിൽ പതിനാറ് വെടിപൊട്ടി. ഓരോ മിനിട്ടിലും ഓരോന്ന്..."

"അവിടെയാണ് തെറ്റ്." രാഘേട്ടൻ ഇടയിൽ കയറി പറഞ്ഞു. "പതിനഞ്ചു മിനിട്ടിൽ പതിനാറ് വെടി പൊട്ടണം. എങ്കിലേ ഒരു മിനിട്ട് ഇടവിട്ട് പതിനാറ് വെടിപൊട്ടി എന്നു പറയാൻ പറ്റൂ. നോക്കൂ. ഒന്നാമത്തെ മിനിറ്റ് കഴിയുമ്പോൾ രണ്ടാമത്തെ വെടി പൊട്ടണം. രണ്ടാമത്തെ മിനിറ്റ് കഴിയുമ്പോൾ മൂന്നാമത്തെ വെടി പൊട്ടണം. അങ്ങനെ പതിനഞ്ചാമത്തെ മിനിറ്റിൽ പതിനാറാമത്തെ വെടി പൊട്ടണം. പക്ഷേ പതിനാറാമത്തെ മിനിട്ടിലല്ലേ അവസാനത്തെ വെടി പൊട്ടിയത്?"

"അതെ."

"അപ്പോൾ തെറ്റു മനസ്സിലായി?"

"ഉവ്വ്."

■

പന്തുകൊണ്ട് എഴുതുന്ന പേന
പുഞ്ചിരി വിടർത്തുന്ന ഒരോർമ്മ

സ്കൂൾ ഉള്ള ദിവസങ്ങൾ.

വരിവരിയായി

നിര നിരയായി:

പെൺകുട്ടികളും ആൺകുട്ടികളും ഒഴുകുന്ന റോഡ്സൈഡിലെ ആ കട.

കടക്കാരൻ രാമൻനായർ കുട്ടികളുടെ ഇടതടവില്ലാത്ത ഒഴുക്ക് കണ്ട് ആരോടെന്നില്ലാതെ പിറുപിറുക്കുന്നു.

ഇന്നലെ ഇന്നേരം ഡോട്ട്പെന്നിനായി എന്തായിരുന്നു തിക്കും തിരക്കും?

ഒരു ചെക്കന് ചുവപ്പ് ഡോട്ട്പെൻ തന്നെ വേണം.

വെളുവെളെ വെളുത്ത ടൈറ്റ് കാലുറക്കാരിക്ക് കറുപ്പ് തന്നെ വേണം.

വേറൊരു വിദ്വാന് വേണ്ടത് നീല.

പക്ഷേ, ഞാനെന്ത് ചെയ്യാൻ? സ്റ്റോക്ക് തീർന്നിരുന്നു.

ഇന്നിപ്പോൾ സാധനം വേണ്ടുവോളം. എല്ലാ കളറിലുള്ളതും റെഡി.

പക്ഷേ, ആർക്കും വേണ്ട. വാങ്ങാൻ ഒരു കുട്ടിപോലും കയറുന്നില്ലല്ലൊ.

"വരും, വരും." കടയുടെ സൈഡിലിരുന്ന് പത്രം വായിച്ചിരുന്ന പത്രോ വർഗീസ് തലയുയർത്തി പറഞ്ഞു.

പറഞ്ഞ് നാവെടുക്കുംമുമ്പേ അതാ ഒമ്പതിലെ ശ്രേയസ്സ് നടു വളച്ച് പുറത്ത് പുസ്തകസഞ്ചിയുമായി കടയിലേക്ക് കയറുന്നു. പിമ്പേ രണ്ടുപേർ വേറെയും. കൂട്ടുകാരാവാം.

"മോന് എന്തുവേണം?" രാമൻനായർ പതിവുചോദ്യം എടുത്തിട്ടു.

"പന്തുകൊണ്ട് എഴുതുന്ന പെൻ."

ഒപ്പം ശ്രേയസ്സിന്റെ ചുണ്ടിൽ വിടർന്ന കള്ളച്ചിരി കണ്ട് വെറുപ്പ് തോന്നിയ രാമൻനായർ–

"എന്തോന്ന്?"

"പന്തുകൊണ്ട് എഴുതുന്ന പേന. കളറ് ബ്ലാക്ക്."

"കളറ് ഓകെ. പക്ഷേ, എഴുതുന്നത് എന്തോണ്ടാണെന്ന്? മനസ്സിലാവണില്ലലോ കുട്ട്യേ." രാമൻനായർ വെറുപ്പ് ഉള്ളിലമർത്തി ഭവ്യത ഭാവിച്ചു.

"പന്തുകൊണ്ട് എഴുതുന്ന പേന." ഇതു പറഞ്ഞ ഉടൻ ശ്രേയസ്സിന്റെ കള്ളച്ചിരി പൊട്ടിച്ചിരിയായി ചുറ്റിനും ചിതറുമ്പോൾ കൂട്ടച്ചിരിയുടെ വെടിക്കെട്ടിന് തിരികൊളുത്തി കൂട്ടുകാർ സ്ഥലം വിടുന്നു.

ഒപ്പം പത്രോസും കൂടി ചിരിയോട് ചിരി.

ആള് ചിരിച്ചുചിരിച്ച് മണ്ണ് കപ്പുന്നു.

ഒപ്പം രാമൻനായർക്ക് കലി കയറുന്നു.

അത് കാര്യം അറിയാതെയല്ലേ? അറിവില്ലാത്തതുകൊണ്ടല്ലേ? സംശയമുണ്ടെങ്കിൽ–

ഒന്ന് ചുറ്റിനും നോക്കൂ. അല്ലെങ്കിൽ വേണ്ട. നിങ്ങളുടെ കാര്യം തന്നെ എടുക്കാം.

നിങ്ങളുടെ വീട്ടിൽതന്നെ എന്തെല്ലാം സാധനങ്ങൾ! എത്രയെത്ര ഉപകരണങ്ങൾ - പെൻസിൽ മുതൽ മൊബൈൽ വരെ.

ശരിയാണ്.

എല്ലാ വീട്ടിലും മൊബൈൽ ഉണ്ടായെന്നു വരില്ല. എന്നാൽ–

ഡോട്പെൻ ഇല്ലാത്ത വീട് ഉണ്ടാകുമോ?

ഇത് എഴുതുന്നത് തന്നെ 'ഡോട്ട്പെൻ' കൊണ്ടാ.

അതുപോലെ ഏതു വീട്ടിലും എഴുതേണ്ടിവരില്ലേ?

പഠിക്കുന്നവർക്ക് എന്നും എഴുതി പഠിക്കാനുണ്ടാവില്ലേ?

അതിനിന്ന് എല്ലാരും വാങ്ങുന്നതോ?

ഡോട്ട്പെൻ തന്നെ.

പക്ഷേ അത് എങ്ങനെ എഴുതുന്നു?

ഇത് എത്രപേർക്ക് അറിയാം?

അറിയില്ലെങ്കിൽ ഒരു ഡോട്ട്പെൻ തുറന്നുനോക്കുക. രണ്ട് പ്രധാന ഭാഗങ്ങൾ കാണാം.

ഒന്ന് – ബോഡി

രണ്ട് – റീഫിൽ അഥവാ മഷിത്തണ്ട്.

ബോഡി പേനയുടെ പുറംതോടാണ്. റീഫില്ലിനെ പൊതിയുന്ന ആവരണമാണ്. ഉത്തമമായ ഒരു ഉറ.

ഇത് റീഫില്ലിനെ ബലപ്പെടുത്തുന്നു. കൃത്യമായി നിർത്തി സംരക്ഷിക്കുന്നു. ഇതിന്റെ മുന്നറ്റത്തുകൂടിയാണ് റീഫിൽ തലനീട്ടുന്നത്.

ബോഡികൾ പലതരം ബഹുവിധം. കറുപ്പ്, വെളുപ്പ്, നീല, പച്ച, ചുവപ്പ് അങ്ങനെ നിരവധി നിറങ്ങൾ ഉള്ളവ. പല ആകൃതിയിൽ ഉള്ളവ. കണ്ണാടിപോലെ മിനുസമുള്ളവ, തിളക്കമുള്ളവ.

ബോഡിയുടെ മേലറ്റത്ത് ഒരു ക്യാപ്പ് കാണാം. അത് വലിച്ച് ഊരിയാൽ ബോഡി വേർപ്പെട്ട് കിട്ടും.

“ബോഡി നോക്കൂ.

അതിന്റെ കീഴറ്റത്ത് ഒരു മുന. മേലറ്റത്തോ? തൊപ്പിവെച്ചപോലെ ഒരു കൊച്ച് കറുത്തുരുണ്ട കട്ട കാണാം. അത് മെല്ലെ മെല്ലെ ഇട ത്തോട്ട് തിരിച്ചാൽ ഊരിയെടുക്കാം. അപ്പോൾ കാണുന്ന ഒരു കൊച്ചുകുഴലാണ് റീഫിൽ.

റീഫിൽ പ്ലാസ്റ്റിക് നിർമ്മിതം. അതിന്റെ വായ്‌വട്ടം കഷ്ടി ഒരു മൊട്ടുസൂചിയുടെ മൊട്ടോളം മാത്രം. അതിലൂടെയാണ് മഷി നിറ യ്ക്കുന്നത്.

പച്ച, ചോപ്പ്, കറുപ്പ്, നീല ഇങ്ങനെ പലനിറത്തിലുള്ള മഷി യുണ്ട്. മഷിയുടെ നിറം റീഫിൽ നോക്കിയാൽ അറിയാം.

എണ്ണയിലോ സ്പിരിട്ടിലോ ചാലിച്ചെടുത്ത ചായം ആണ് മഷി.

കൊഴുപ്പും ഒട്ടലും ഉള്ള മഷി പേനയുടെ പുറകറ്റത്ത് അമർത്തു മ്പോൾ റീഫിൽ മുനയും പുറത്തേക്ക് തലനീട്ടുന്നു. അതുകഴിഞ്ഞ് എഴുതാൻ പെൻമുന താഴ്ത്തവേ റീഫില്ലിലെ മഷി താഴോട്ട് ഒഴു കുന്നു. പന്തിൽ പുരളുന്നു.

ഡോട്ട്പെൻ കൊണ്ട് എഴുതുമ്പോൾ അതിനുള്ളിലെ കൊച്ചു പന്ത് തിരിയും. അതിൽ പുരണ്ടിരിക്കുന്ന മഷി കടലാസിൽ പടരും. അക്ഷരങ്ങളും അക്കങ്ങളും തെളിയും. തെളിയുന്നവ കടലാസിൽ ഒട്ടിപ്പിടിച്ചതുപോലെ പതിയും. പതിഞ്ഞത് പിന്നെ മായുകയുമില്ല.

അപ്പോൾ പന്തുകൊണ്ട് എഴുതുന്ന പേനയാണ് ഡോട്പെൻ. പന്തിന്റെ ഇംഗ്ലീഷ് പേരാണ് ബോൾ. ബോൾകൊണ്ട് എഴുതുന്ന പേന ബോൾപോയിന്റ് പെൻ.

ബോൾ ഉറപ്പുള്ളതാവണം. മിനുസമുള്ളതാവണം. അതിന്റെ മേന്മയിലാണ് എഴുത്തിന്റെ സുഖം. നല്ല പന്തുള്ള പേനയ്ക്ക് വില കൂടും.

ആയിരം മുതൽ ലക്ഷം വരെ വിലയുള്ള ബോൾ പോയിന്റ് പേനകൾ ഉണ്ട്.

മുന താഴോട്ടായി നിലത്ത് വീണാൽ ബോള് കേടാവും. പിന്നെ ബോള് കറങ്ങില്ല. അപ്പോൾ പേന നന്നായി എഴുതുകയുമില്ല. അതു കൊണ്ട് ഡോട്ട്പെൻ മുനകുത്തി വീഴാതെ നോക്കുക.

ഡോട്പെന്നിന്റെ ഈ ചിരി ശ്രേയസ്സിന്റെ ഉള്ളിലും മുഴങ്ങുന്നു. ഉടൻ അവൻ വീണ്ടും കടയുടെ ഉമയോട്-

“പന്തുകൊണ്ട് എഴുതുന്ന ഒരു ബ്ലാക്ക് പെൻ താ ചേട്ടാ.”

കടക്കാരൻ രാമൻനായർ വികൃതമായ ഒരു ചിരി വിടർത്തി വീണ്ടും ആ ചോദ്യം എറിഞ്ഞു-

“എന്തോന്ന് പെൻ?”

“ഉള്ളിൽ പന്ത് ഉള്ള ഒരു ബ്ലാക്ക് പെൻ.”

രാമൻനായർ ഒരലർച്ച - ശ്രേയസ്സിന്റെ നേരെ ചൂണ്ടാണിവിരൽ ചൂണ്ടിക്കൊണ്ട്-

“പന്ത് പെന്നോ... പന്ത് ഉള്ള പേനയോ...? അഹങ്കാരം, തോന്ന്യാസം പറയാതെ പോടാ കടേടെ മുമ്പീന്ന്.”

“ചൂടാവാതെ ചേട്ടാ,” പേപ്പറിൽനിന്ന് തലുയയർത്തി പത്രോസ് ചിരിച്ചുകൊണ്ട് സൗമ്യമായി-

പത്രോസ് ഡോട്പെന്നിന്റെ ഉള്ള്കള്ളി വിശദീകരിച്ചു.

അതുകേട്ട്-

ഇങ്ങനെയാണോ കാര്യത്തിന്റെ കിടപ്പ് എന്ന അദ്ഭുതത്തോടെ കടക്കാരൻ അങ്ങനെ നിന്നുപോയി തെല്ലുനേരം.

ആ നില്പ് കണ്ട് പത്രോസ്-

“ഇപ്പോ കാര്യം മനസ്സിലായി അല്ലേ നായരേട്ടാ?”

“ങ്ആ. ഡോട്ട്പെൻ എഴുതുന്നത് പന്തുകൊണ്ടാ!”

“എങ്കിൽ പന്തുകൊണ്ടെഴുതുന്ന പേന ചോദിച്ച ശ്രേയസ്സിന് ഒരു ഡോട്ട്പെൻ കൊടുത്ത് കാശ് വാങ്ങ് ചേട്ടാ.”

പിന്നെ ഒട്ടുമേ താമസിച്ചില്ല. നായരേട്ടൻ ബ്ലാക്ക് പെൻ തന്നെ എടുത്തുകൊടുത്തു. കാശും വാങ്ങി.

■

ഉറുമ്പിന്റെ ആയുധം

മൂലകങ്ങളുടെ നാട്ടിലെ ഒരു ഏഴുനില മാളികയുടെ ഗേറ്റിൽ ഇതാ നിൽക്കുന്നു ഒരു വൻ ചെമ്പരത്തിപ്പൂ മരം. അതിൽ ഒരായിരം ചെമ്പരത്തിപ്പൂക്കൾ വിടർന്നുനിന്ന് ഇളംകാറ്റിൽ ആലോലമാടുന്നു.

അതുകണ്ട് സ്വർണരാജകുമാരി ചെമ്പരത്തിപ്പൂ ചുവട്ടിലെത്തി പൂക്കളെ വാഴ്ത്തി പാട്ടുപാടി.

“പൂവുകൾ തോറും
പുഞ്ചിരി തൂകി
ചാഞ്ചാടുന്ന
ചെമ്പരത്തി
ഒരു പൂ
ഒരു പൂ
ഒരു പൂ നല്കി
കനിയൂ കനിയൂ ചെമ്പരത്തീ”

അദ്ഭുതം ഒരു ചെമ്പരത്തിക്കൊമ്പ് താനേ താണുവന്നു. രാജകുമാരി അതിലെ പൂ പറിക്കാൻ കൈ ഉയർത്തിയപ്പോൾ ഒരുപറ്റം എറുമ്പുകൾ പൊതിഞ്ഞു.

രാജകുമാരി ഉറുമ്പുകടിയേറ്റ് പുളഞ്ഞു. അതുകണ്ട് ചെമ്പരത്തിയിൽനിന്ന് ഒരു ദേവകന്യക ഇറങ്ങിവന്ന് രാജകുമാരിയുടെ കാലിലെ എറുമ്പുകളെ തട്ടി മാറ്റി.

“ദേവീ... എറുമ്പുകൾക്ക് പല്ലുണ്ടോ? അവ കടിക്കുമ്പോൾ എന്തൊരു വേദന.”

“ഇല്ല.”

"പിന്നെ എന്താ വേദന?"

കാണിച്ചുതരാം എന്നു പറഞ്ഞുകൊണ്ട് ഒരു ചെമ്പരത്തിപ്പൂ പറിച്ചു. കടലാസ് എടുത്ത് പൂവ് കടലാസിൽ ഉരച്ചു. അപ്പോൾ കടലാസ് നീലനിറമായി.

അപ്പോഴേക്കും ദേവിയുടെ കാലിൽ ഉറുമ്പുകൾ പൊതിഞ്ഞു.

ആ ഉറുമ്പുകളെ നീലക്കടലാസുകൊണ്ട് ഉരസി നോക്കിയപ്പോൾ അദ്ഭുതം, നീലക്കടലാസിന്റെ നിറം മാറി കടലാസ് ചുവപ്പായി.

"രാജകുമാരീ, ഈ നിറംമാറ്റം എന്താണ് കാണിക്കുന്നത്?" ചെമ്പൂദേവി ചോദിച്ചു.

രാജകുമാരി തെല്ലുനേരം ചിന്തയിൽ മുഴുകി. എന്നിട്ട് പറഞ്ഞു–

"ചെമ്പരത്തിപ്പൂ തേച്ച കടലാസ് നീല ലിറ്റ്മസ് പേപ്പറിന് തുല്യം. കടിക്കുന്നിടത്ത് അമ്ലം (ആസിഡ്) ഉണ്ടാവണം.

അമ്ലത്തിൽ തൊട്ടാലേ നീല ലിറ്റ്മസിന്റെ നിറം ചുവപ്പാവൂ."

"രാജകുമാരി പറഞ്ഞത് നേര്. ഉറുമ്പ് കടിക്കുമ്പോൾ അവ പൊഴിക്കുന്ന അമ്ലമാണ് (ആസിഡാണ്) നമ്മെ വേദനിപ്പിക്കുന്നത്."

ദേവകുമാരി ഇത്രയും പറഞ്ഞപ്പോൾ പുഷ്പവൃഷ്ടി പോലെ ചെമ്പരത്തിപ്പൂക്കൾ നിലത്തുവീണു.

സ്വർണരാജകുമാരി അതെല്ലാം പെറുക്കിയെടുത്ത് മാളികയിലേക്ക് പോയി. അവിടെ താമസിക്കുന്നവരോടെല്ലാം ചെമ്പുദേവതയുടെ പൊടിക്കൈ വിശദീകരിച്ചു.

കടലാസ് നീലനിറമാക്കുന്ന ചെമ്പരത്തിപ്പൂവിന്റെ കെമിക്കൽ മാജിക് കാണിച്ചുകൊടുത്തു. പിന്നെ ഉറുമ്പ് കടിച്ചതിനെപ്പറ്റി സ്വർണകുമാരി സൂചിപ്പിച്ചപ്പോൾ അമ്ലരാജകുമാരൻ പറഞ്ഞു.

ഉറുമ്പ് കുത്തിവെക്കുന്ന അമ്ലം (ആസിഡ്) ഫോമിക് അമ്ലം (ഫോമിക് ആസിഡ്) ആണെന്ന്.

തുടർന്ന് ഫോമിക് അമ്ലത്തിന് (ഫോമിക് ആസിഡിന്) ഉറുമ്പിന്റെ ആയുധം എന്ന് പേരിട്ടു. ■

ഓന്തിന്റെ പൊടിക്കൈ

ഞങ്ങൾ സ്കൂളിലേക്ക് പോകുകയായിരുന്നു. മുമ്പെ അപ്പു. അവന് പിമ്പെ ലാലു, മദൻ, ശിവൻ, ഞാൻ. വീതികുറഞ്ഞ വഴിയിലൂടെ ആണ് യാത്ര. വഴിയുടെ ഇരുവശങ്ങളിലും ധാരാളം മരങ്ങൾ. ചിലവ ഇടതൂർന്ന് പടർന്നു പന്തലിച്ചിട്ടുണ്ട്. അവയ്ക്കിടയിലൂടെ ഇളവെയിൽ ഊർന്നുവീഴുമ്പോൾ വഴിയിൽ എത്രയോ ചിത്രങ്ങൾ തെളിയുന്നു! ഞങ്ങൾ അവയൊന്നും അത്ര ശ്രദ്ധിച്ചിരുന്നില്ല. എല്ലാവരും സ്കൂൾ കാര്യമാണ് പറയുന്നത്. അതിനിടെ അപ്പു എന്തോ കളി പറഞ്ഞു. എല്ലാവരും പൊട്ടിച്ചിരിച്ചു.

ഞങ്ങൾ ഒരു വളവ് തിരിയുകയായിരുന്നു. പൊടുന്നനെ പൊട്ടിച്ചിരി നിലച്ചു. അപ്പു പെട്ടെന്ന് നിന്നു. “അയ്യോ! ഇതാ കണ്ടോ!”

അപ്പു ചോദിച്ചു. "എന്താ കാര്യം?" എല്ലാവരും ഉറ്റു നോക്കി. ഞങ്ങ ളുടെ മുമ്പിൽ ഒരോന്ത്. പിൻകാലിൽ എഴുന്ന് നിൽക്കുന്നു. അവന്റെ തലയും കവിളും ചുവന്ന് തുടുത്തിരിക്കുന്നു. കണ്ണിൽനിന്നും തീപ്പൊരി പറക്കുന്നതുപോലെ. ദേഷ്യംകൊണ്ട് ഉടൽ വിറയ്ക്കു ന്നുണ്ട്. നീളംകൂടിയ വാൽ പിടയുന്നുണ്ട്. ആരോടാണ് ദേഷ്യം? ആരോടാണ് യുദ്ധം? രണ്ട് കാക്കകളോട്. അവ ഇടത്തും വലത്തും പറന്ന് കൊത്തുന്നു. ഒരു കൊത്ത് കവിളത്തു തന്നെ കണ്ടു. പാവം ഓന്തിന്റെ കവിൾ മുറിഞ്ഞു. ചോര പൊടിഞ്ഞു. ഓന്തച്ഛൻ വേദന കൊണ്ട് പിടഞ്ഞു. അവൻ കുതിച്ചുയർന്നു. കാക്കയെ കടിക്കാൻ ഒന്നുകൂടി ആഞ്ഞുയർന്നു. പക്ഷേ പാവം നിലത്തുനിന്ന് പൊങ്ങി യില്ല. കഷ്ടിച്ച് പിൻകാലിൽ തല ഉയർത്തി നിന്നു എന്നു മാത്രം.

അപ്പുവിന് സഹിച്ചില്ല. അവൻ കുനിഞ്ഞ് കല്ലെടുത്ത് ഒരേറ്. കൊത്താൻ പറന്നു താണ കാക്ക തൽക്കാലം പിന്മാറി. ആ തക്ക ത്തിന് ഓന്ത് ഒരൊറ്റ ചാട്ടം. എങ്ങോട്ട്? വഴിയരികിലുള്ള വേലിപ്പു റത്തേക്ക്. പിന്നെ ഓന്തിനെ കണ്ടില്ല. എവിടെ പോയി അവൻ? ഞങ്ങളെല്ലാവരും ഉറ്റുനോക്കി. കാക്കകൾ ഒളികണ്ണിട്ട് നോക്കി. കണ്ണു കഴച്ചു. പക്ഷേ ആരും കണ്ടില്ല. എവിടെ പോയി ഓന്തച്ഛൻ.

അപ്പോൾ അതു വഴി വന്ന മുത്തശ്ശി കള്ളച്ചിരിയോടെ പറഞ്ഞു. "അവൻ ഈ വേലിപ്പുറത്തുതന്നെ ഉണ്ടാവും. പക്ഷേ നമുക്ക് കാണില്ല. കാരണം അവൻ നിറം മാറിയിരിക്കും. സ്ഥലത്തിന് അനു സരിച്ച് നിറം മാറുന്നവനാ ഓന്തച്ഛൻ. വേലിയിലാവുമ്പോൾ വേലി യുടെ നിറം. പിന്നെങ്ങനെ അവനെ തിരിച്ചറിയും?" മുത്തശ്ശി നടന്നു പോയി.

ഞങ്ങൾ ക്ലാസ്സിൽ ചെന്ന് ഞങ്ങൾ മാഷോട് ചോദിച്ചു.

മാഷ് പറഞ്ഞു. ഉരഗവർഗ്ഗത്തിൽപെട്ട പല്ലി കുടുംബത്തിലെ ജീവിയാണ് ഓന്ത്. ഓന്ത് ഇരിക്കുന്ന സ്ഥലത്തിന്റെ നിറത്തിനനു സരിച്ച് തന്റെ നിറം മാറ്റാനുള്ള കഴിവുണ്ട് ഈ ജീവിക്ക്. അത് എങ്ങനെയാണ് കിട്ടുന്നതെന്നോ? പറയാം. ക്രോമോഫോറുകൾ എന്ന പ്രത്യേക സെല്ലുകൾ ഓന്തിന്റെ ത്വക്കിലുണ്ട്. ഈ കോശ ങ്ങൾക്കുള്ളിലാണ് മഞ്ഞയും ചുവപ്പും പിഗ്മെന്റുള്ളത്. ഈ പിഗ്മെന്റിന്റെ തരികളുടെ വിതരണമാണ് ഓന്തിന്റെ ശരീരത്തിലെ

നിറവ്യത്യാസത്തിന്റെ അളവ് നിയന്ത്രിക്കുന്നത്. തലയിൽ നിന്നുള്ള സന്ദേശങ്ങൾക്കനുസരിച്ചാണ് ത്വക്കിന്റെ നിറവും മാറുന്നത്. പിങ്ക്, നീല, കറുപ്പ്, ബ്രൗൺ, മഞ്ഞ തുടങ്ങിയ നിറങ്ങൾ സ്വീകരിക്കാൻ ഓന്തുകൾക്കു സാധിക്കും. നിങ്ങൾ കണ്ടത് കറുപ്പു നിറമുള്ള ഓന്തിനെയായിരിക്കും. കറുപ്പു നിറമുള്ള കാക്കകൾ ഈ ഓന്തിനെ കണ്ടപ്പോഴായിരിക്കും അവയോട് യുദ്ധം വെട്ടാൻ ഓന്തും ഒരുങ്ങിയത്.

തിരിച്ചുപോകുമ്പോൾ വേറെ നിറമുള്ള ഒരു ഓന്തിനെ കാണണേ എന്ന് അപ്പു ആഗ്രഹിച്ചു.

■

ഹൊ! ആ കാഴ്ച എത്ര ഭയങ്കരം

ആരാരുമറിയാതെ കടുംകൈ ചെയ്യാൻ ആ സ്ഥലം തെരഞ്ഞെടുത്തു. അവിടെ നിറയെ പാറക്കെട്ടുകൾ മാത്രം. നോക്കിയാൽ നോക്കെത്താത്തത്ര വിശാലത. വീതിതന്നെ നാല്പത് മൈൽ. ആളനക്കമില്ലാത്ത വെളിപ്രദേശം. അവിടെ ജീവികളായി വിഷപ്പാമ്പുകൾ മാത്രം. വിഷപ്പാമ്പുകൾക്ക് കൂട്ടിന് കള്ളിച്ചെടികളും കൂപ്പൻ പുഴുവും. എല്ലാംവെച്ച് നോക്കിയാൽ ആളൊഴിഞ്ഞ ഒരു മരണമൈതാനം തന്നെ. അമേരിക്കയിലായിരുന്നു ആ സ്ഥലം. സ്ഥലപ്പേര് ഓഗാർഡൊ.

പാമ്പുകൾക്കും കള്ളിമുള്ളുകൾക്കും നടുവിൽ ഒരു വൻകോപുരം. ഉരുക്ക് ഗോപുരം. അതിന് മുകളിൽ ഫിഷൻ തീ വീഴ്ത്താനുള്ള സൂത്രവിദ്യ. അതിൽനിന്ന് ഒരു മൈൽ അകലെ നിന്നാൽ പോലും മരണം നിശ്ചയം.

അതുകൊണ്ടുതന്നെ പ്രൊഫസർ ഓട്ടോ ഇരുപത് മൈൽ അകലെയാണ് നിന്നത്.

നേരം പാതിരയായിട്ടും ഓട്ടോയ്ക്ക് ഉറക്കമില്ല. ഗോപുരത്തിന് ഫിഷൻ തീ വെക്കുന്നത് പുലർച്ചെ നാലുമണിക്കാണ്. അപ്പോൾ എന്തും സംഭവിക്കാം, എന്തു സംഭവിക്കുമെന്ന് അതേവരെ ആരും കണ്ടിട്ടില്ല. കാരണം അതായിരുന്നു ഭൂലോകത്ത് നടത്തുന്ന ആദ്യത്തെ ന്യൂക്ലിയർ ഫിഷൻ പരീക്ഷണം.

നാലുമണിയായപ്പോൾ അങ്ങകലെ ഉള്ള മൈക്കിൽ നിന്ന് ഒരറിയിപ്പ്:

പരീക്ഷണം അഞ്ചുമണിയിലേക്ക് മാറ്റി.

അഞ്ചു മണിയായപ്പോൾ നിമിഷങ്ങളെണ്ണുകയായി.

അതാ, അങ്ങകലെനിന്ന് ആരോ ഗോപുരത്തിന് തീ വയ്ക്കുന്ന കമ്പികൾ കൂട്ടിച്ചേർക്കുന്നു. കമ്പികൾ കൂട്ടിച്ചേർത്തവർ മിന്നൽ വേഗത്തിൽ ഓടിമറയുന്നു.

എങ്ങും നിശ്ശബ്ദത.

ഇതാ, ഉച്ചഭാഷിണിയിൽ നിന്ന്-

സൂക്ഷിക്കുക. ശ്രദ്ധിച്ച് കാണുക,

ഇനി പത്തു സെക്കന്റ് മാത്രം.

പത്ത്, ഒമ്പത്, എട്ട്, ഏഴ്, ആറ്, അഞ്ച്, നാല്, മൂന്ന്, രണ്ട്, ഒന്ന്, പൂജ്യം.

ഇതാ ഗോപുരത്തിൽ തീപ്പൊരി.

യുറേനിയം ന്യൂക്ലിയസ്സിലേക്ക് വെടിയുണ്ടപോലെ പാഞ്ഞുവരുന്ന ന്യൂട്രോൺ.

ന്യൂട്രോൺ വന്നടിച്ചപ്പോൾ അണുകേന്ദ്രം രണ്ടായി മുറിഞ്ഞു. ഒപ്പം കൂടുതൽ ന്യൂട്രോണുകൾ പാഞ്ഞുവരുന്നു. ഭയങ്കര ചൂടും.

ആ ചൂട് കാട്ടുതീയായി കത്തിപ്പടരുന്നു. മരണമൈതാനം തീക്കടലാവുന്നു. തീക്കടൽ സൂര്യഗോളം പോലെ വലുതാവുന്നു. ഭൂമിയിൽ കത്തിപ്പടർന്ന് മേഘത്തോളം വലുതായ ചുവന്ന സൂര്യഗോളം. അതിൽനിന്നുതിരുന്ന തീനാളങ്ങളുടെ ദീപ്തിയിൽ ചുറ്റിനും പകൽ.

പരീക്ഷണാർത്ഥം ആദ്യത്തെ ആറ്റംബോംബിട്ട മരണമൈതാനത്തുനിന്നുള്ള ഈ തത്സമയസംപ്രേഷണം ഇവിടെ നിറുത്തുന്നു.

കാരണം, മരണം തൊട്ടുതൊട്ടില്ലെന്ന മട്ടിൽ, കൺമുമ്പിൽ! ■

ദീപാവലി പുരാണം

അസുരന്മാർ നാടുവാണീടും കാലം–

ഒരുനാൾ പുലർച്ചെ–

ഭയങ്കരമായ ഒരലർച്ച

അലറുന്നത് ഹിരണ്യകശിപുവിന്റെ സഹോദരൻ ഹിരണ്യാക്ഷൻ. സമുദ്രതീരത്തുനിന്ന് സമുദ്രങ്ങളുടെ അധിപതിയും ജലേശ്വരനുമായ വരുണനു നേരെയാണ് അവന്റെ ഗർജ്ജനം:

"വരുണാ നിന്നെ ഞാനിന്ന് കൊല്ലും."

ആ അട്ടഹാസം കേട്ട് ഞെട്ടിവിറച്ച വരുണൻ സമുദ്രത്തിനടിയിലേക്ക് താണുപോയി.

സമുദ്രത്തിനടിയിൽ ഒളിച്ചാലും നിന്നെ ഞാൻ പിടികൂടും എന്നു ഗർജ്ജിച്ച ഹിരണ്യാക്ഷൻ മായാശക്തിയാൽ ഒരു പന്നിയായി മാറി സമുദ്രത്തിലേക്ക് എടുത്തുചാടി. നിലയില്ലാത്ത ജലത്തിൽ നിൽക്കാനാകാതെ കുഴങ്ങിയ പന്നി പർവതംപോലെ വളർന്നു വലുതായി കടലിൽ ഓടിച്ചാടി നടന്ന് കണ്ണിൽപ്പെട്ടതിനെയെല്ലാം തേറ്റകൊണ്ട് കുത്തിക്കീറി. ഗദകൊണ്ട് എല്ലാം തല്ലിത്തകർത്തു വരുണന്റെ പിന്നാലെ പാഞ്ഞുചെന്നു.

വരുണൻ പ്രാണനുംകൊണ്ടോടി വൈകുണ്ഠത്തിലെത്തി വിഷ്ണുവിനോട് സങ്കടമുണർത്തിച്ച് താണുകേണു:

"മൂലോകനാഥാ എന്നെ രക്ഷിച്ചാലും."

വരുണനിൽ കനിഞ്ഞ വിഷ്ണു വരാഹാവതാരമെടുത്ത് കടൽപ്പന്നിയായി അസുരപ്പന്നിയെ നേരിട്ടു. ഇരുപന്നികളുടെയും തേറ്റകൾ കൂട്ടിമുട്ടി തീ പാറി. അതുകണ്ടു പരിഭ്രമിച്ച അസുരപ്പന്നി തന്റെ വൻതേറ്റകൊണ്ട് ഭൂമിയെയും പൊക്കി പാതാളത്തിൽ മറഞ്ഞു. അവിടെവെച്ച് തേറ്റയുമായുള്ള സമ്പർക്കത്താൽ ഭൂമിദേവിക്ക്

മഹാപരാക്രമിയായ ഒരു കുഞ്ഞുണ്ടായി. അവനു നരകൻ എന്ന് പേരിട്ടു. അതിന്റെ പിറ്റേന്നായിരുന്നു ഹിരണ്യാക്ഷവധം. അതോടെ നരകൻ അനാഥൻ. "അവനെ രക്ഷിക്കണേ..." ഭൂമിദേവിയുടെ ആ പ്രാർത്ഥന ഫലിച്ചു. വിഷ്ണു നരകനു നാരായണാസ്ത്രം നല്കി അനുഗ്രഹിച്ചു.

"വേണ്ടതെല്ലാം ഇതുകൊണ്ട് നേടാം. ഇതുള്ളപ്പോൾ നിന്നെ ആർക്കും തോല്പിക്കാനാവില്ല."

നാരായണാസ്ത്രം കിട്ടിയതോടെ നരകന്റെ ഭാവം മാറി. അവൻ മഹാഅഹങ്കാരിയായി. അക്രമിയായി നാട്ടുകാരെ കൊന്നൊടുക്കി, നാടുകൾ വെട്ടിപ്പിടിച്ച് കൂട്ടിച്ചേർത്ത് പ്രാഗ്ജ്യോതിഷം എന്നൊരു

രാജ്യം തന്നെ രൂപപ്പെടുത്തി. അവിടെ രാജാവായി. നരകൻ നരകാസുരനായി അറിയപ്പെടാനും തുടങ്ങി. അതോടെ താൻ ഭൂമിപുത്രനാണെന്ന കാര്യമേ മറന്നു. മായാമോഹങ്ങളിലും കാമത്തിലുമായി പിന്നെ കമ്പം. കമ്പം തീർക്കാൻ കന്യകമാരെ ആക്രമിച്ചു. ഭാര്യമാരെ തട്ടിക്കൊണ്ടുവന്ന് പെൺകോട്ടയിലടച്ചിട്ട് കഷ്ടപ്പെടുത്തി. വിശ്വകർമ്മാവിന്റെ മകളെപ്പോലും മാനഭംഗപ്പെടുത്തി.

പെൺകോട്ടയിൽ സദാ കൂട്ടനിലവിളി! അത് ശ്രീകൃഷ്ണഭഗവാന്റെ കാതിലും വന്നലച്ചു. ഭഗവാന്റെ മനം നൊന്തു കണ്ണു നിറഞ്ഞു. തത്സമയം തന്നെ ഇന്ദ്രനുമെത്തി പരാതി നിരത്തി.

"ഹേ മധുസൂദനാ! നരകാസുരന്റെ അക്രമംകൊണ്ട് സകലരും നരകിക്കുന്നു. അവൻ മന്ദരപർവതത്തിന്റെ മണിശൃംഗം തട്ടിയെടുത്തു. വരുണന്റെ ഛത്രം പിടിച്ചെടുത്തു. ഹേ, കൃഷ്ണാ! ആ മഹാപാപി എന്റെ മാതാവിന്റെ കുണ്ഡലങ്ങളും കട്ടുകൊണ്ടുപോയി. ഭയാനകം അവന്റെ സ്ത്രീപീഡനം. ഇതിനെതിരേ എന്തുവേണമെന്ന് ലോകരക്ഷയിൽ മുഴുകിയിരിക്കുന്ന ഹേ പ്രഭോ! അങ്ങ് സ്വയം തീരുമാനിച്ചാലും."

ഭഗവാൻ ഇന്ദ്രനെ സമാധാനിപ്പിച്ച് യാത്രയാക്കിയശേഷം ഗരുഡനെ സ്മരിച്ചു. ഞൊടിയിടയിൽ ഗരുഡനെത്തി. ഭഗവാൻ അവന്റെ പുറത്തുകയറി പ്രാഗ്ജ്യോതിഷം ലക്ഷ്യമാക്കി പറന്നുയർന്നു. പക്ഷേ, പക്ഷിരാജനായ ഗരുഡനുപോലും പറന്നെത്താൻ പറ്റാത്തത്ര ഉയരത്തിലായിരുന്നു നരകാസുര രാജ്യത്തിനു ചുറ്റുമായി കെട്ടിപ്പൊക്കിയിരുന്ന പർവതക്കോട്ട. അതുകൊണ്ട് അതിനു മുന്നിലെത്തിയപ്പോൾ ഗരുഡവാഹനൻ താഴെ ഇറങ്ങി ഗദയെടുത്തു. അതുകൊണ്ട് അടിച്ചും ഇടിച്ചും കോട്ട തകർത്തപ്പോഴുണ്ട് മുന്നിലായി ആയുധമതിൽ. ശാസ്ത്രാസ്ത്രങ്ങൾ തുരുതുരാ എയ്ത് അതു തകർത്തപ്പോൾ കാണായ്‌വന്നു വൻ വാൾവേലി. അതിൽ തലങ്ങും വിലങ്ങും ഏറ്റവും മൂർച്ചയേറിയ വാൾത്തലപ്പുകൾ എഴുന്നുനിൽക്കുന്നു. അവയിൽ കുടുങ്ങിയാൽ കുടുകുടെ ചോരപ്പുഴയൊഴുകും. അതുകൊണ്ട് നന്ദകം വേണ്ടിവന്നു, വാൾവേലി മുറിച്ചു കടക്കാൻ.

വാൾവേലി കടന്നപ്പോൾ ആഴക്കിണറിനെക്കാൾ ആഴമേറിയ കിടങ്ങുകൾ മൂന്ന്. ഒന്നിൽനിന്ന് തീജ്ജ്വാല. മറ്റേതിൽനിന്ന് തിരമാല. മൂന്നാമത്തേതിൽ നിന്ന് കൊടുങ്കാറ്റ്! മൂന്നും സുദർശനചക്രതേജസ്സിൽ ലയിപ്പിച്ച് ജഗന്മയനായ ഭഗവാൻ മുന്നേറുമ്പോൾ മുരൻ ഏഴായിരം പുത്രന്മാരുമായി പാഞ്ഞുവന്നു.

നരകന്റെ മന്ത്രി മുരൻ മഹാബലവാൻ, പരാക്രമി, ഭീകരൻ. അവന്റെ അഞ്ച് മുഖങ്ങളിൽനിന്ന് ക്രോധത്തീ. അതിൽനിന്നു പാഞ്ഞുവന്ന സൂരൻ ശൂലത്തെ ഭഗവാൻ രണ്ട് ശരംകൊണ്ട് മൂന്നായി മുറിച്ചിട്ടു. പഞ്ചബാണമയച്ച് മുഖങ്ങളഞ്ചും ഛേദിച്ചു. പർവതം മറിയുംപോലെ മുരൻ മരിച്ചുവീണു. ഇതിനിടെ ഗരുഡപ്രഹരം സഹിക്കാനാവാതെ പുത്രസൈന്യം നരകാസുരനെത്തന്നെ ശരണം പ്രാപിച്ചിരുന്നു.

നരകാസുരൻ സംഹാരകമായ സിംഹനാദം മുഴക്കി ആനപ്പുറത്തേറി വൻസൈന്യവുമായി വന്ന് കൃഷ്ണനെ നേരിട്ടു.

ശ്രീകൃഷ്ണചക്രജ്വാലയിൽ അസുരൻ ഇയാംപാറ്റകളെപ്പോലെ ചാമ്പലാവുന്നതുകണ്ട് സൈന്യം പത്തു ദിക്കിലേക്കായി പലവഴി പേടിച്ചോടി. നാണംകെട്ട നരകൻ നരനാരായണനായ കൃഷ്ണനു നേരെ അദ്ദേഹം തന്നെ നൽകിയ നാരായണാസ്ത്രം തന്നെ പ്രയോഗിച്ചു. തത്സമയം തടവറയിൽനിന്നുള്ള കൂട്ടനിലവിളി കേട്ടിട്ടോ എന്തോ മുന്നോട്ടുപാഞ്ഞ അസ്ത്രം പിന്തിരിഞ്ഞുവന്ന് നരകനെത്തന്നെ കൊന്നു. തിന്മ തോറ്റു, നന്മ ജയിച്ചു. ജനം ഹർഷാരവം മുഴക്കി. ജീവജാലങ്ങളുടെ കലപിലാരവം മധുരഗാനമായി. പക്ഷിരാജൻ ചിറകടിച്ച് താളംപിടിച്ചു. മറ്റു പക്ഷികൾ അതേറ്റുപിടിച്ചു.

തടവറ തുറക്കപ്പെട്ടു. പതിനാറായിരത്തെട്ട് പുത്രിമാരും സ്വതന്ത്രരായി, വിശുദ്ധരായി ഭഗവാനെ കിട്ടാൻ കൈനീട്ടി. ഭഗവാൻ സ്വശരീരം സ്വയമേവ പതിനാറായിരത്തെട്ടായി പകുത്ത് ഓരോരുത്തർക്കും നൽകി.

പുത്രിമാരുടെ പുഞ്ചിരി പൂമഴ പൊഴിച്ചു. അവരുടെ അച്ഛനമ്മമാർ ത്രിമധുരം നുണഞ്ഞു. സഹോദരങ്ങൾ പൂത്തിരി കത്തിച്ചു. പടക്കം പൊട്ടിച്ചു. രാത്രി വിളക്കുകൾ കൊളുത്തി ഇരുട്ടകറ്റി. എങ്ങും എന്തെന്നില്ലാത്ത ഉത്സാഹം, ഉന്മേഷം, ഉല്ലാസം, ആഹ്ലാദക്കോളിളക്കം. നാടാകെ പ്രകാശത്തിന്റെ പ്രതീകംപോലെ ദീപാവലി...

■

കുത്തുവാക്ക്

ചിതറി വീണ ചോറ്, പപ്പട തുണ്ടുകൾ, കടിച്ച് ചവച്ച മുരിങ്ങയ്ക്ക ത്തോട്, സാമ്പാറ് തുള്ളികൾ, മീൻമുള്ള്, പഴത്തൊലി– അയ്യയ്യേ! ഊൺമേശപ്പുറമാകെ വൃത്തികേടായി കിടക്കുന്നു. എച്ചിൽ എടു ക്കാനും മേശ തുടയ്ക്കാനും ഇന്ന് ആരും ഇല്ല. എല്ലാം അമ്മതന്നെ ചെയ്യണം. പക്ഷേ, പാവം അമ്മ ക്ഷീണിച്ച് നല്ല മയക്കമാണ്. ഇനി മൂന്നുമൂന്നരയായിട്ടേ ഉണരൂ. അപ്പോഴേക്കും ഈ മേശപ്പുറമാകെ ഒന്ന് വൃത്തിയാക്കിയാലോ? അമ്മ ഉറക്കമുണർന്ന് നോക്കുമ്പോൾ മേശപ്പുറം കണ്ണാടിപോലെ ക്ലീനായി കിടക്കണം. അത് അമ്മ കാണണം. അപ്പോൾ ആരാണിത് വൃത്തിയാക്കിയത് എന്ന് അന്വേ ഷിക്കും. ഞാനാണ് വൃത്തിയാക്കിയത് എന്ന് അറിയുമ്പോൾ അമ്മ മോനെ എന്നു വിളിച്ച് വാത്സല്ലിച്ച് കെട്ടിപ്പിടിക്കും. ഹായ്! ഹായ്! മോൻ അമ്മയുടെ മോനേ എന്നൊരു വിളിക്കുവേണ്ടി വല്ലാതെ കൊതിച്ചു.

അവൻ ഉടൻതന്നെ പഠിച്ചുകൊണ്ടിരുന്ന മൂന്നാംസ്റ്റാന്റേർഡ് പാഠ പുസ്തകം മേശപ്പുറത്തിട്ട് എച്ചിൽ തുടയ്ക്കുന്ന തുണി എടുത്തു.

തുരുതുരെ എച്ചിൽ തൂത്തുമാറ്റാൻ തുടങ്ങി. അങ്ങനെ മാറ്റു മ്പോൾ മോന്റെ നീളംകൂടിയ കൈ മേശയുടെ മൂലയിലിരുന്ന അച്ചാറ് കുപ്പിയിലൊരു തട്ട്!

ഠഠം – പടക്കം പൊട്ടുന്നപോലെ കുപ്പി മൊസൈക്ക് തറയിൽ വീണ് പൊട്ടി. ചുറ്റിനും ചില്ല് ചിതറി.

ഒച്ചകേട്ട് ഉണർന്ന അമ്മ പാഞ്ഞുവന്നു.

മോൻ എന്തെന്നില്ലാതെ ഭയന്ന് പരിഭ്രമിച്ചു. എന്തു ചെയ്യേണ്ടൂ എന്നറിയാതെ നിന്ന് വിറച്ചു.

“എടാ”, അമ്മ ഉച്ചത്തിൽ അലറി. “എന്താ ഇത്. എല്ലാം താഴെ ഇട്ട് പൊട്ടിക്കും, നശിച്ചവൻ; ഒരു സൂക്ഷ്മതയും ഇല്ലാത്ത കഴുത!”

ഇത്ര പാടുപെട്ട് ജോലി ചെയ്തിട്ടും അമ്മ അലറുന്നു! മോന് എന്തെന്നില്ലാത്ത അമർഷവും സങ്കടവും വെറുപ്പും തോന്നി. അവൻ അമ്മയോട് തിരിച്ചുചോദിച്ചു:

"വല്യ കാര്യം പറയുന്നു. അമ്മയ്ക്ക് ഉണ്ടോ സൂക്ഷ്മത. ഇന്നലെ ടേപ്പ് റെക്കോർഡർ താഴെ ഇട്ടത് അമ്മയല്ലേ? മിനിഞ്ഞാന്ന് അമ്മയുടെ കൈയിൽ നിന്നല്ലേ ആ ബൾബ് വീണുടഞ്ഞത്."

"തർക്കുത്തരം പറയുന്നോ?" എന്നലറിക്കൊണ്ട് അമ്മ മോന്റെ ചെവിക്ക് പിടിച്ച് ഒരു തള്ള്. പാവം, മോൻ മറിഞ്ഞുവീണു. ഒപ്പം അവൻ ഉച്ചത്തിൽ,

"അയ്യോ എന്നെ കൊല്ലുന്നേ..."

കുട്ടിയുടെ ഉച്ചത്തിലുള്ള നിലവിളി കേട്ട് തൊട്ടടുത്തുള്ളവർ ഓടിയെത്തി.

കുട്ടി കൂടുതൽ ഭയന്നു.

അമ്മയും ആകപ്പാടെ ഒന്ന് അന്ധാളിച്ചു. ഇവ്വിധം യാദൃച്ഛികമായി അപകടസംഭവം ഉണ്ടാകുമ്പോൾ മാതാപിതാക്കൾ മക്കളെ

കുത്തുവാക്കുകൾകൊണ്ട് ദൂഷ്യാരോപണം നടത്തി കലഹിക്കുന്നതും അവരെ വല്ലാതെ നോവിക്കുന്നതും തെറ്റ്.

പലപ്പോഴും കരുതിക്കൂട്ടിയാവില്ല കുട്ടികൾ തെറ്റ് ചെയ്യുന്നത്. യദൃച്ഛയാ അബദ്ധം പറ്റിപ്പോകുന്നു.

ഇവിടെ കുട്ടി കുപ്പി പൊട്ടിച്ചത് മനഃപൂർവമല്ലല്ലോ. അവൻ അമ്മയുടെ സ്നേഹവാത്സല്യത്തിന് കൊതിച്ച് അമ്മയെ സഹായിക്കാൻ തുനിഞ്ഞപ്പോഴല്ലേ അബദ്ധം പറ്റിയത്. ഇത് മനസ്സിലാക്കാതെ അവന്റെ നേരെ അലറി. ഇത്തരം ആക്രോശവും അലർച്ചയും കുട്ടിയിൽ അമർഷവും വിരോധവും മാത്രമേ ജനിപ്പിക്കൂ. അതുകൊണ്ടാണവൻ അമ്മയ്ക്ക് പറ്റിയിട്ടുള്ള അബദ്ധങ്ങൾ ഒന്നൊന്നായി ഓർമ്മിപ്പിച്ചുകൊണ്ട് തിരിച്ചു തട്ടിക്കയറാൻ ശ്രമിച്ചത്.

മറിച്ച് അമ്മ ഇങ്ങനെ പറഞ്ഞിരുന്നെങ്കിലോ:

"അയ്യോ, കുപ്പി നിറയെ ഒന്നാംതരം അച്ചാർ ഉണ്ടായിരുന്നു. പക്ഷേ, സാരമില്ല നീ അത് കരുതിക്കൂട്ടി പൊട്ടിച്ചതല്ലല്ലോ. കുപ്പിയല്ലെ, അബദ്ധത്തിൽ കൈ കൊണ്ടാലും താഴെ വീണ് പൊട്ടും. ഒരു കുപ്പി ഉടഞ്ഞെന്നുവെച്ച് ആകാശമൊന്നും ഇടിഞ്ഞുവീഴില്ല. ഏതായാലും പറ്റിയത് പറ്റിപ്പോയി. അതോർത്ത് മോൻ വിഷമിക്കേണ്ട. എനിക്കറിയാം എന്റെ മോൻ മേലിൽ കൂടുതൽ സൂക്ഷിക്കും എന്ന്."

മോൻ കരുതിക്കൂട്ടി പൊട്ടിച്ചതല്ലല്ലോ എന്ന് പറയുകവഴി അമ്മ മോന്റെ പ്രവൃത്തിയെ വേണ്ടവിധം മനസ്സിലാക്കി എന്ന് മോനെത്തന്നെ ബോദ്ധ്യപ്പെടുത്തുകയാണ് ചെയ്യുന്നത്. ഇവ്വിധമുള്ള ബോദ്ധ്യപ്പെടുത്തലും മനസ്സിലാക്കലും കുട്ടിയിൽ നീരസമോ അവജ്ഞയോ അമർഷമോ ഉളവാക്കുകയില്ല. നേരെമറിച്ച് അത് കുട്ടിയുടെ ആത്മാഭിമാനത്തെ സംരക്ഷിക്കും. അവനെ ആഹ്ലാദിപ്പിക്കും, തൃപ്തിപ്പെടുത്തും. മേലിൽ ഇന്നത്തേക്കാൾ ഇരട്ടി സൂക്ഷ്മതയും ശ്രദ്ധയും തനിക്ക് ഉണ്ടാവണമെന്ന് അവനുതന്നെ തോന്നുകയും ചെയ്യും. ഉത്തമ വിശ്വാസത്തോടെ തന്നെത്താൻ തോന്നി തെറ്റ് തിരുത്തുന്നതിനാവുമല്ലോ ഏറ്റവും കൂടുതൽ ശക്തിയും ആത്മാർത്ഥതയും സ്ഥിരതയും. ■

സ്നേഹപ്രകാശം

മോളും മോനും അകത്ത് പതുങ്ങിനിന്ന് പുറത്തേക്ക് ഉറ്റുനോക്കി. എന്നാൽ, നേരം ഇരുളുന്ന നേരമായതിനാൽ കണ്ണിൽ കരടു പോയപോലെ കാഴ്ചയ്ക്ക് വല്ലാത്ത ബുദ്ധിമുട്ട്. ഒടുവിൽ പലവട്ടം കണ്ണ് ചിമ്മിയും തുറന്നും നോട്ടത്തിന്റെ ആക്കവും ഊക്കും കൂട്ടി നോക്കിയപ്പോൾ ഇതാ ചെകുത്താൻ കഥയിലെ പ്രേതംകണക്കെ അച്ഛന്റെ മുമ്പിൽ ഒരു ഭീകരരൂപം! അടിമുടി ഇരുട്ടുകോട്ടപോലെ കറുത്ത കോട്ടും മുഖംമൂടിയും. കടൽ കടന്നെത്തിയ ഭീകരനോ അതോ അവന്റെ ചാരനോ ഇവൻ...

അവർക്ക് പേടി കൂടിക്കൂടി ആധിയായി.

അകത്തേക്ക് വന്നപ്പോൾ അച്ഛന്റെ കണ്ണും നിറഞ്ഞിരുന്നു.

വിങ്ങിപ്പൊട്ടുന്ന അച്ഛന് വീർപ്പുമുട്ടി മിണ്ടാട്ടം മുട്ടിയപോലെ. വല്ലാതെ പണിപ്പെട്ട് ഒരു കണക്കിന് അച്ഛൻ ചേച്ചിയെ നോക്കി പുറത്തേക്ക് വിരൽചൂണ്ടി- "ചെല്ല്. അല്ലെങ്കി എന്നെ കൊല്ലും."

പുറത്തേക്കിറങ്ങിയ ചേച്ചി ഒന്ന് പിന്തിരിഞ്ഞുപോലും നോക്കാതെ കാണക്കാണെ പോയ്മറഞ്ഞു.

ഭീകരൻ മുമ്പേ, പെൺകുട്ടി പിമ്പേ - അങ്ങനെ പറക്കുമ്പോൾ എങ്ങു നിന്നെന്നറിയില്ല ഭീകരന്റെ മേലും ഒരു പ്രകാശജ്വാല വന്നു പതിച്ചു. ഒപ്പം മുഖ്യദൈവദൂതനായ ഗബ്രിയേൽ മാലാഖ ഭീകരനെ അഭിവാദ്യം ചെയ്തുകൊണ്ട് ദൈവിക സന്ദേശം അറിയിക്കുന്നു-

"നരവീരാ നമസ്കാരം. സത്യം സത്യമായി ഞാൻ നിന്നോട് പറയുന്നു. ഇന്ന് പാതിരാവായാൽ ക്രിസ്മസ് ആയി. അതുവരെ ഈ ദൈവമകളെ പോകാനനുവദിക്കൂ."

"എന്തിന്?"

"ഒരു പുൽക്കൂട് ഉണ്ടാക്കാൻ."

"എവിടെ?"

"അവളുടെ വീട്ടിൽ."

"വീട്ടിലെത്തിയാൽ പിന്നെ തിരിച്ചുവരുമോ?"

"വരും."

"വന്നില്ലെങ്കിൽ?"

"വരുത്തും."

"എങ്കിൽ ശരി.

അങ്ങനെ തൽക്കാലം രക്ഷപ്പെട്ട് അവൾ വീട്ടിലെത്തി. പക്ഷേ, പുൽക്കൂട് പണിയാൻ ഇടമെവിടെ? കഴിഞ്ഞ ക്രിസ്തുമസ്സിന് പുൽക്കൂട് നിർമ്മിച്ച മുറി അച്ഛന്റെ കാലിൽ കാറ് ഇടിച്ച ദിവസം വിൽക്കേണ്ടിവന്നു. ബാക്കി ഒരേ ഒരു മുറി മാത്രം. അതിലാണ് എല്ലാം. പിന്നെ എന്തു ചെയ്യും?

"ചേച്ചീ... നമുക്ക് പുൽക്കൂട് വരച്ചാലോ?"

മോൻ മുറി മറച്ചിരുന്ന തകരം ഷീറ്റിലേക്ക് ചൂണ്ടിക്കൊണ്ട് ചോദിച്ചു.

ചേച്ചി അച്ഛനെ നോക്കി. മുറിയുടെ മോന്തായം തന്നെ വള ഞ്ഞിരിക്കുന്നു എന്നുകണ്ട് വേദനിച്ച അച്ഛൻ ചുമ്മാ തലയാട്ടി സമ്മതം മൂളി.

അവർ വര തുടങ്ങി. പച്ചപുൽക്കൂടിൽ ഉണ്ണീശോയുടെ സ്വർണ വർണമാർന്ന സ്വർഗീയരൂപം തെളിയുന്നു. അതിന്റെ വലതുവശം പരിശുദ്ധ കന്യകാമേരി. ഇടതുവശം ജോസഫ്. ഇരുവരും ധ്യാന ത്തിൽ. അത്രയും വരച്ചുതീർന്നപ്പോഴേ പാതിരാവായി.

"അപ്പോ. ഞാൻ പോട്ടെ..." ചേച്ചിക്ക് കരച്ചിൽ വന്നു.

എന്തു ചെയ്യാൻ! മോനും അച്ഛനും ഉണ്ണീശോയെ നോക്കി കണ്ണു നിറച്ച് ഉള്ള് നൊന്ത് പ്രാർത്ഥിച്ചു: "മനുഷ്യനായി വന്ന ദൈവമേ, ഒരു കൈ താങ്ങേണമേ... കനിയേണമേ..."

ഹൃദയം നുറുങ്ങുന്ന ആ പ്രാർത്ഥന ഫലിച്ചു.

ഉണ്ണീശോയുടെ ഇളംചുണ്ടിൽ പുഞ്ചിരിപ്പൂ! അത് വിടർന്ന് വലു തായി വാനിന്റെ നീലിമപോലെ ഭൂമിയെ പൊതിഞ്ഞു. എങ്ങും നിലാ വിന്റെ വെൺമപോലെ സത്യവും സഹനവും സഹാനുഭൂതിയും

ചേർന്ന വർണപ്രപഞ്ചം സ്നേഹപ്രകാശം പൊഴിച്ചു. അതിന് മനസ്സ് മാറ്റാൻ പറ്റുമെന്ന് കണ്ടെത്തിയ ഒരപ്പൂപ്പൻ ഇടനെഞ്ചിൽ മുറിപ്പാടുകളും പേറി വടിയും കുത്തി നവഖാലിത്തൊപ്പിയും വെച്ച് പല്ലില്ലാ മോണച്ചിരിയുമായി വീണ്ടും വന്നു. അതുകണ്ട് – 'ങ്ഏ' എന്ന് അന്ധാളിച്ചുപോയ ഭീകരനെ ദൈവദൂതനായ അപ്പൂപ്പൻ സൗമ്യമായി തഴുകിത്തലോടി വർണപ്രപഞ്ചത്തിന്റെ സ്നേഹപ്രകാശത്തിൽ മുക്കിക്കുളിപ്പിച്ചു. മനസ്സിൽനിന്ന് വൈരവും വൈരാഗ്യവും പകയും മുതൽ ചീഞ്ഞളിഞ്ഞ ചോരക്കറവരെ കഴുകിക്കളഞ്ഞു–പണ്ട് അന്യന്റെ കക്കൂസ് കഴുകിയ അതേ ആത്മാർത്ഥതയോടെ. സ്നേഹസ്നാനത്തിന്റെ സ്നേഹകിരണത്തിൽ ഭീകരന് മനുഷ്യത്വം കിട്ടി. അവൻ ശാന്തനായി. സ്നേഹീകരണം ജനിപ്പിച്ച കുറ്റബോധത്താൽ അവന്റെ തല താനേ താണു. – അപ്പോൾ ഇനി മോൾക്കും മോനും പേടികൂടാതെ ക്രിസ്തുമസ് പൊടിപൂരമാക്കാമല്ലോ അല്ലേ എന്നാണ് മേലേനിന്നും മാലാഖ ചോദിക്കുന്നത്.

■

ഭൂമി മുത്തശ്ശി

പണ്ട് പണ്ട്, എഴുനൂറ് കോടി വർഷങ്ങൾക്കുമുമ്പ് ഭൂമി ഇല്ലായിരുന്നു.

അതിനുമുമ്പ് സൂര്യനും ഇല്ലായിരുന്നു. സൂര്യനില്ലെങ്കിൽ പിന്നെ എന്ത് രാത്രി? എന്ത് പകൽ? പകലും ഇല്ല. രാത്രിയും ഇല്ല. പിന്നെ എന്താണ് അന്ന് ഉണ്ടായിരുന്നത്? അതൊരു കഥയാണ്.

അന്ന് സൂര്യനില്ല, ഭൂമിയില്ല, നക്ഷത്രങ്ങളില്ല. എവിടെയും ശൂന്യാകാശം മാത്രം. എങ്ങും കൂരിരുട്ടും. ഭയാനകമായ നിശ്ശബ്ദതയും.

ഒരുനാൾ ശൂന്യാകാശത്തിൽ ഉഗ്രമായ ഒരു ഇളക്കം ഉണ്ടായി, ഭയങ്കരമായ ഒരു കറക്കം. അതിൽനിന്ന് മേഘങ്ങൾ ഉടലെടുത്തു. അവ സാധാരണ മേഘങ്ങളായിരുന്നില്ല. ഓരോ മേഘത്തിനും ഉണ്ട്

കോടി കോടി കിലോമീറ്റർ നീളവും വീതിയും. ആഴമോ? ആയിരം ആയിരം കിലോമീറ്റർ.

ഈ വൻമേഘങ്ങൾ ശൂന്യാകാശത്തിൽ ഓടിമറഞ്ഞു. മിന്നൽവേഗത്തിൽ പാഞ്ഞ് നടന്നു. ഇതിനിടെ ചില മേഘങ്ങൾ അനങ്ങാതായി. നിന്നനില്പിൽനിന്ന് തളംകെട്ടി കട്ടിയായി. കട്ടിയായപ്പോൾ ചൂട് ഉണ്ടായി. വെളിച്ചമുണ്ടായി. അവ ഓരോന്നും നക്ഷത്രങ്ങളായി. അതിൽ, ഒന്നാണ് ഈ പ്രഭാകരൻ. ദിനകരൻ. ഈ സൂര്യൻ.

മുത്തശ്ശി ഇളവെയിൽ ചൊരിയുന്ന സൂര്യനെ ചൂണ്ടിക്കൊണ്ട് പറഞ്ഞു.

സൂര്യനെ നോക്കിയപ്പോൾ മുത്തശ്ശിയുടെ കണ്ണ് പുളിച്ചു. തല കുമ്പിട്ട് മുത്തശ്ശി മറ്റൊരു കഥ ആരംഭിച്ചു.

കഥ അഞ്ച്

പണ്ട് പണ്ട് പണ്ട്, ഏതാണ് അറുന്നൂറ് കൊല്ലം മുമ്പ് ഒരു ദിവസം. സൂര്യൻ ഇങ്ങനെ കത്തിനിൽക്കുന്നു. അപ്പോൾ അതുവഴി വരുന്നു. വേറൊരു നക്ഷത്രം. ട്ടെ ട്ടെ ഠെ–

ഒരു കൂട്ടിയിടി നടന്നു. ആരു തമ്മിൽ. സൂര്യനും നക്ഷത്രവും തമ്മിൽ. അപ്പോൾ സൂര്യനിൽനിന്ന് പല കഷണങ്ങളും തെറിച്ചു പോയി. അതിലൊന്നാണ് ഈ ഭൂമിയായത്.

■

തല്ലും തന്ത്രവും

മോന് മൂന്നു വയസ്സ് തികയുന്നതേയുള്ളൂ. എന്നാലും നഴ്സറി സ്കൂളിൽ ചേർത്തു. എന്നും പുലരുംമുമ്പേ വിളിച്ചുണർത്തി, കരയിപ്പിച്ച്, കുളിപ്പിച്ച്, കുപ്പായമിടുവിച്ച്, ഉന്തിത്തള്ളി കൃത്യസമയത്തിനുതന്നെ സ്ഥലത്തെ പ്രധാന സ്കൂളിൽ എത്തിച്ചു. എന്നിട്ടും കുട്ടി ഇണങ്ങിയില്ല. അവൻ ഉച്ചത്തിലുച്ചത്തിൽ വാവിട്ടു കരഞ്ഞു. അപ്പോൾ അച്ഛന് വാശിയായി. വിലങ്ങുവെച്ച് കൊല്ലാൻ പോകുന്ന ഒരു കുറ്റവാളിയെപ്പോലെ കുട്ടിയെ അയാൾ കണ്ണുരുട്ടിയും ചൂരൽ കാണിച്ചും സ്കൂൾ വരാന്തയിൽ കൊണ്ടുതള്ളി. ഒടുവിൽ ഒരു ദിവസം രാവിലെ കുഞ്ഞിനെ കാണാതായി. എല്ലാവരും കരഞ്ഞ് നെഞ്ചത്തടിച്ച് പരിഭ്രമിച്ച് തിരഞ്ഞുതിരഞ്ഞ് ചെന്നപ്പോഴുണ്ട് കുട്ടി കട്ടിലിന്റെ ചുവട്ടിൽ ഭയന്നുവിറച്ചിരിക്കുന്നു – കാടൻപൂച്ചയെക്കണ്ട് മരണവെപ്രാളത്തിൽ ഓടിയൊളിച്ച് വിറച്ചുവിറച്ചിരിക്കുന്ന ഒരു എലിക്കുഞ്ഞിനെപ്പോലെ.

മോന്റെ ചേച്ചി അഞ്ചാംക്ലാസിലാണ്. അവളുടെ കൈയിൽ നിന്നും അബദ്ധത്തിൽ എഴുതിക്കൊണ്ടിരുന്ന ബാൾപെൻ മുനകുത്തി താഴെ വീണു. മുന ഞെണുങ്ങി. അതിനുള്ളിലെ ബോൾ യഥേഷ്ടം തിരിയാതായി. പേന എഴുതാതായി. അച്ഛൻ കലി തുള്ളി, തലയിൽ തല്ലി. മോൾ വേദനകൊണ്ട് പുളഞ്ഞു.

ആർക്കാണ് അബദ്ധം പറ്റാത്തത്? അച്ഛനും പറ്റില്ലേ അബദ്ധം? പറ്റും. അത് അച്ഛനെ ബോദ്ധ്യപ്പെടുത്താൻ മോനും മോളും ഒരു തന്ത്രം പ്രയോഗിച്ചു.

അച്ഛൻ ധൃതിയിൽ നടന്നുവരുന്ന ഇടനാഴിയുടെ നിലത്ത് അര ഗ്ലാസ് വെള്ളം പകർന്നു. അവിടെ ചവിട്ടിയ അച്ഛൻ മലർന്നടിച്ചു വീണു.

കുട്ടികൾക്ക് ചിരിപൊട്ടി. പകരം വീട്ടിയതിന്റെ ആഹ്ലാദം പുറത്തുകാട്ടാതെ അവർ നിന്നു.

ഇതൊന്നും കുട്ടികളെ ശിക്ഷിച്ച് നശിപ്പിക്കുന്ന രക്ഷിതാക്കൾ മനസ്സിലാക്കാറില്ല. രക്ഷിതാക്കൾക്ക് ശക്തികൂടും. പക്ഷേ, കുട്ടികൾക്ക് രക്ഷിതാക്കളെ തോല്പിക്കാനുള്ള കുരുട്ടുവിദ്യകൾ ആലോചിക്കാനും പ്രയോഗിക്കാനും കൂടുതൽ സമയം കിട്ടുമെന്ന് അധികമാരും ഓർക്കാറില്ല.

അതുകൊണ്ടുതന്നെ വേണ്ടതിനും വേണ്ടാത്തതിനും ചിലർ കണ്ണിൽ ചോരയില്ലാത്തപോലെ കുട്ടികളെ കൈയിൽ കിട്ടിയതെടുത്ത് തല്ലിച്ചതയ്ക്കുന്നു. സ്വന്തം കുട്ടികളോട് ദ്വന്ദയുദ്ധത്തിലേർപ്പെടുന്നു. ഈ ക്രൂരമായ പോരാട്ടംകൊണ്ട് കുട്ടികളിൽ നന്മയും സ്വഭാവഗുണവുമുണ്ടാകുമെന്ന് നാം വിശ്വസിക്കുന്നു.

ശരി.

കുട്ടികളെ തല്ലി തകർക്കാതിരിക്കുക. അവരോട് ദ്വന്ദയുദ്ധത്തിലേർപ്പെടാതിരിക്കുക. അനുകമ്പയോടെ, മനസ്സലിവോടെ അനുതാപപൂർവ്വം കുട്ടികൾ പറയുന്നത് വ്യക്തമായി മനസ്സിലാക്കാനെങ്കിലും ശ്രമിക്കുക. അതിനുശേഷം ദേഷ്യപ്പെടുക.

കുഞ്ഞിന്റെ ഉയിരും ഉശിരും കെടുത്തുന്ന വാക്കുകൾ പറയാതിരിക്കുക. ഇവൻ അല്ലെങ്കിൽ ഇവൾ നേരെയാവില്ല എന്ന മനോഭാവം തീർത്തും മാറ്റുക. എടാ മരമണ്ടാ, പിശാചേ, മുക്കെഴങ്ങാ, പൊട്ടിക്കഴുതേ തുടങ്ങിയ ചീത്തപ്പേരിട്ട് ചീത്തവിളിച്ച് അവരുടെ ആത്മാഭിമാനവും ആത്മവീര്യവും കെടുത്താതിരിക്കുക. ■

രണ്ടണ

ഞാനൊരു കള്ളസൂത്രം കാണിച്ചു. നുണ പറഞ്ഞു. എല്ലാവരെയും പറ്റിച്ചു.

ഇത് 2003. അപ്പോൾ 55 കൊല്ലം മുൻപാണ് – ചതുരത്തിലുള്ള രണ്ടണത്തുട്ടുള്ള കാലം.

അന്ന് ഞാൻ എട്ടിൽ.

എന്റെ അനിയൻ ഉണ്ടല്ലോ; ആ ഏഷണിക്കുടുക്ക, അച്ഛനമ്മമാരുടെ പുന്നാരമോൻ – അവൻ അഞ്ചിൽ.

അവന് എന്നെ പുല്ലിന് വിലയില്ല. എങ്ങനെ ഉണ്ടാവും?

'പൊട്ടൻ കുഞ്ഞയ്യപ്പൻ', അമ്മ നല്ല നേരമാണെങ്കിൽപോലും എന്നെ അന്യരുടെ മുൻപിൽവെച്ച് അങ്ങനെയാണ് പരിഹസിക്കുക.

എനിക്ക് സാമർത്ഥ്യമില്ലെന്ന്. ഞാൻ മടയനാണെന്ന്. വെറും പാവത്താൻ. അങ്ങനെ പൊട്ടപ്പേരിട്ടേ അമ്മ എന്നെ വിളിക്കൂ.

അതേസമയം അവനെ രാമൻ എന്ന് മുഴുവൻ വിളിക്കില്ല. രാമാ എന്ന് എത്തുമ്പോഴേക്കും ആടിക്കുഴഞ്ഞുള്ള ആ വിളിയിൽ തേനൊലിക്കും.

ദേഷ്യം വന്നാൽ അമ്മ എന്നെ വസൂരിക്കാലാ എന്ന് അലറിവിളിച്ച് അടിക്കാൻ ഓടിക്കും. കൈയിൽ കിട്ടിയാൽ കണ്ടതെടുത്ത് തല്ലും. അന്നത്തെ അടിയുടെ ചൂട് ഈ ജന്മം ആറുകയില്ല...

എടവപ്പാതി കഴിഞ്ഞാൽ പിന്നെ എനിക്ക് അടിയോടടി പൊടിയരിക്കഞ്ഞി തരും. അതിരാവിലെ തന്നെ.

കാരണമെന്തെന്നോ?

എന്റെ കുരുത്തിയിൽ മീൻ പെടാത്തതുതന്നെ. അതു മാത്രമല്ല, അവന്റെ കുരുത്തിയിൽ മീൻ പെടുന്നതും കൂടിയാവുമ്പോൾ

അമ്മയ്ക്ക് കലികയറും. ആരുവന്നാലും എന്റെ മുഖത്ത് കരിതേയ്ക്കുന്ന വാക്കേ പറയൂ-

"ഇതാ നിക്കണ കണ്ടില്ലേ?..." മുഖംകൊണ്ട് ചൂണ്ടി അമ്മ പറയും. "ഒരു കാര്യോം ഇല്ല. എന്നും കുരുത്തിവെക്കാൻ പോകും. എന്നാൽ ഇന്നത്തെ ഈ തീതിവരെ ഒരു മീൻ പൊടിച്ചൻപോലും കിട്ടീട്ടില്ല. ഈ കുരുത്തംകെട്ടവന്റെ കുരുത്തി എന്നും കാലി! ന്നാൽ രാമൻ മുക്കാക്കുരുത്തി മീനുമായി മിടുമിടുക്കനായി-"

"അല്ലെങ്കിലും കടിഞ്ഞൂൽ കുട്ടിക്ക് സാമർത്ഥ്യം കുറയും." അയൽക്കാരും അമ്മയുടെ ഭാഗം ചേർന്ന് അവനെ വാഴ്ത്താൻ എന്നെ ഇടിച്ചുതാഴ്ത്തും.

കടിഞ്ഞൂൽകുട്ടിയായി പിറന്നത് എന്റെ കുറ്റമാണോ?

ഞാൻ എത്രവട്ടം ഈ ചോദ്യം സ്വയം ചോദിച്ചിരിക്കുന്നു.

ഇതിനെപ്പറ്റി ആർക്കും ചിന്തയില്ല. എന്നാൽ വേണ്ടാത്തത് മൂട്ടിക്കൊടുക്കാൻ ആളെത്രയെത്ര! ഒരിക്കൽ അമ്മയുടെ ഒരു കൂട്ടുകാരി പൊട്ടിച്ചിരിച്ചുകൊണ്ട് പറഞ്ഞത് ഇന്നും ഓർമ്മയുണ്ട്.

"കള്ളിക്ക് വേലി എന്തിന്? ചുള്ളിക്ക് എന്തിന് കോടാലി?"

കേൾക്കേണ്ട താമസം അമ്മ കത്തിക്കയറുകയായി-

"ശര്യാ. രാമൻ കുരുത്തി വെച്ചോ, നിറച്ച് മീനാ!"

പൊക്കിയെടുത്താൽ സ്വയം പൊങ്ങുന്നവനായിരുന്നു അവൻ. എടവപ്പാതി പെരുമഴയൊന്നും അവന് പ്രശ്നമല്ല. അച്ഛൻ പറയാതെ തന്നെ അവൻ ഒറ്റയ്ക്കുപോയി പാർവള്ളി വലിച്ചുകൊണ്ടുവരും. അച്ഛൻ പച്ചമുള കീറി അലകാക്കും. അലകുകൾ പാർവള്ളിയിട്ട് മെടഞ്ഞ് വാവട്ടമുള്ള കുരുത്തി നെയ്തെടുക്കും.

സന്ധ്യയ്ക്ക് ഞാനും അവനും ഒന്നിച്ചാണ് കുരുത്തിവെക്കാൻ പോവുക.

ഞങ്ങളുടെ വീട്ടിൽനിന്നിറങ്ങുന്ന കുണ്ടനിടവഴിയിലൂടെ തെല്ലു ദൂരം നടന്നാൽ വയലായി.

വയലിന്റെ നടുക്ക് കൂടിയാണ് വഷ്ണാത്ര തോട്. തോട്ടിലെ വെള്ളം കലങ്ങിമറിഞ്ഞ് പാഞ്ഞൊഴുകുന്നുണ്ടാവും.

നിലാവിൽ കലക്കുവെള്ളം തങ്കം ഉരുക്കിയൊഴിച്ചപോലെ തിളങ്ങുന്നതും കണ്ട് ഞാൻ എന്നും തെല്ലിട നിൽക്കും. അപ്പോൾ

വെള്ളത്തിന്റെ ഇരമ്പൽ ഇമ്പമുള്ള പാട്ട് മൂളുംപോലെ തോന്നും. അതും രസിച്ചങ്ങനെ നിൽക്കുമ്പോൾ അവൻ വേഗം ഒഴുക്കുള്ള വെള്ളക്കഴ നോക്കി കുരുത്തിയും വെച്ച് ഒരൊറ്റ പാച്ചിലാണ്. എന്തിനെന്നോ? എന്നെ പുളിച്ച ചീത്ത കേൾപ്പിക്കാൻ... തല്ലു കൊള്ളിക്കാൻ.

വീട്ടിലെത്തേണ്ട. പടികടക്കുമ്പോഴേ അമ്മയുടെ അട്ടഹാസം കേട്ട് ഞാൻ ഞെട്ടും.

"എവിടെഡാ ആ വസൂരിക്കാലൻ?" അവനോട് അമ്മ ചോദിക്കുന്നു.

"വെറുതെ അങ്ങനെ തോട്ട്ളയ്ക്കും നോക്കി നിക്കണ് കണ്ടു."

അതു കേൾക്കേണ്ട താമസം, അമ്മ ചൂലിൻകെട്ടെടുക്കുകയായി.

"ഈ കുട്ട്യെ ഒന്ന് പിടിച്ചേ്ൻ മോനേ..." രണ്ട്-രണ്ടര വയസ്സുള്ള തങ്കയാണ് കുട്ടി. കാറിവിളിക്കുന്ന അവളെ അവനെ ഏല്പിച്ച് എന്നെ തല്ലാൻ ഓടിച്ചു അമ്മ.

ഞാൻ ഓടി തെക്കേവേളപ്പിലെ കശുമാവിൽ കയറി. അമ്മ തോറ്റു മടങ്ങി. ഞാൻ താഴെ ഇറങ്ങി പങ്ങിപ്പങ്ങി വാഴക്കൂട്ടത്തിനുള്ളിൽ മറഞ്ഞിരുന്നു.

അച്ഛനോ അമ്മയോ ആരും എന്നെ മോനെ എന്നൊന്ന് ഇന്നേവരെ വിളിച്ചിട്ടില്ലല്ലോ എന്നോർത്ത് പതിവുപോലെ കണ്ണ് നിറച്ചു. എന്നിട്ടും സങ്കടം സഹിക്കാനാവാതെ ഞാനൊരു പിടിമണ്ണ് വാരി നെഞ്ചിലിട്ടു. സങ്കടത്തീയിൽ അത് പൊരിഞ്ഞ് ഉരുകി ഒഴുകുമെന്ന് അമ്മ പറഞ്ഞുകേട്ടിട്ടുണ്ട്. അങ്ങനെയെങ്കിലും സങ്കടം ഉള്ളിൽ നിന്നും പുറത്തേക്ക് ഉരുകിയൊഴുകിയെങ്കിൽ!

പിറ്റേന്ന് അതിരാവിലെ അച്ഛന്റെ ഉച്ചത്തിലുള്ള വിളികേട്ടാണ് ഞാനുണർന്നത്.

"എടാ പൊട്ടാ ഇവിടെ വാ."

ഞാൻ ഉറക്കപ്പിച്ചോടെ ഓടിച്ചെന്നു.

"ഇന്ന് സ്കൂൾ വിടുമ്പോൾ പറപ്പൂക്കര പോയി കൊച്ചുക്കന്റെ കൈയിൽ ഇത് കൊടുക്ക്."

കടം ചോദിച്ചുകൊണ്ടുള്ള ആ കത്ത് ഞാൻ വാങ്ങി.

അപ്പോഴാണ് അച്ഛൻ രണ്ട് അണ തുട്ട് നീട്ടിയത്.

"ഒന്നുകിൽ അങ്ങോട്ട് ബസ്സിന്. അല്ലെങ്കിൽ വെള്ളം വാങ്ങിക്കുടിച്ച് നടന്നോ.''

ഞാൻ ആ രണ്ടഅണ തുട്ടിലേക്ക് വീണ്ടും നോക്കി.

ഒരു സൂത്രം ചെയ്താലോ?

എനിക്കൊരു ബുദ്ധി തോന്നി.

സ്കൂളിൽനിന്നും പറപ്പൂക്കരയ്ക്ക് എട്ട് മൈലുണ്ട്. ബസ്സ് കൂലി രണ്ട് അണ. ബസ്സിന് പോകുന്നില്ലെങ്കിൽ ചായയ്ക്കും കടിക്കും കൂടി രണ്ട് അണ. ഏതെങ്കിലും ഒന്നിനാ അച്ഛൻ കാശ് തന്നത്.

പക്ഷേ, ഞാൻ രണ്ടും വേണ്ടെന്ന് വെച്ചു.

നടന്നു തളർന്ന് ദാഹിച്ച് പൊരിഞ്ഞപ്പോൾ വഴിക്ക് കണ്ട വയലിൽ നിന്നും കൈക്കുമ്പിളുകൊണ്ട് ചളിവെള്ളം കോരി മോന്തി പലവട്ടം.

പുതുക്കാട് ചന്തപ്പടിക്കലെത്തിയപ്പോഴേക്കും വല്ലാത്ത തളർച്ച.

ഞാൻ ചുറ്റുപാടും കണ്ണോടിച്ച് അറിയുന്നവരാരും ഇല്ലെന്ന് ഉറപ്പുവരുത്തി പങ്ങിപ്പങ്ങി ചന്തയിൽ കയറി. മീൻകാരി കണക്കിയുടെ കൈയിലേക്ക് രണ്ട് അണ തുട്ട് ഇട്ട് പുഞ്ചിരി തൂകി.

അവർ ഒരു കുടന്ന മീൻ വാരി.

ഞാൻ മടക്കിയ ശീലക്കുടയുടെ കമ്പികൾ അകത്തിക്കാണിച്ചു. കണക്കി മീൻ കുടയിലേക്കിട്ടു.

ഞാൻ പിന്തിരിയുമ്പോൾ കണക്കി എന്നെ തിരിച്ചുവിളിച്ച് ഒരു കുടന്നകൂടി ഇട്ടുതന്നു.

കുട്ടീടെ മുഖത്തെ വാട്ടം കണ്ടിട്ടാ ഒരു കുടന്ന അധികം.

നേരം സന്ധ്യയാവുന്നു.

ചന്തക്കാക്കകൾ തിരിച്ച് പറക്കുന്നു.

ഞാനും പറപറന്നു - വീട്ടിലേക്കല്ല, വയലിലേക്ക്.

തലേന്ന് വെച്ചിരുന്ന കുരുത്തിയിലേക്ക് കുടയിലെ മീൻ മുഴുവൻ കുടഞ്ഞു.

ശരീരമാകെ വിറയ്ക്കുന്നുണ്ടോ?

ഞാൻ അടുക്കളയിലേക്ക് പാഞ്ഞുചെന്ന് അമ്മയുടെ മുമ്പിൽ കുരുത്തി കുടഞ്ഞു.

“ങ്ങ് ഏ! ന്റെ മോനേ, ന്താ ഈ കാണ്ണേ ഞാൻ!”

എനിക്ക് മിണ്ടിക്കൂടാ.

മോനേ എന്ന വിളിയിൽ ഞാൻ അലിഞ്ഞ് താഴുംപോലെ... എനിക്ക് ഒച്ച പൊന്തുന്നില്ല.

അമ്മ എന്റെ തലയിൽ തലോടിയപ്പോൾ ഞാൻ അമ്മയുടെ നെഞ്ചിലേക്ക് ചാഞ്ഞു.

ഏഷണിക്കാരൻ കുരിശ് കണ്ട ചെകുത്താനെപ്പോലെ നിന്ന് തീ തിന്നുന്നു.

വിവരമറിഞ്ഞ് അച്ഛനും അയൽക്കാരും എന്നെ സ്തുതിച്ചു. ഞാൻ എന്തെന്നില്ലാതെ സന്തോഷിച്ചു. അങ്ങനെ ഒരു സന്തോഷം പിന്നീട് ഒരിക്കലും ഉണ്ടായിട്ടില്ല.

അമ്മ മോനേ എന്നു വിളിച്ചതും തലയിൽ തടവിയതും ഇന്നും ഓർമ്മയിൽ ജ്വലിക്കുന്നു.

കാലം എല്ലാം തുടച്ച് മായ്ക്കും എന്ന് പറയുന്നതു വെറുതെ.

■

മഹത്തായ സമ്മാനം

"ഏതാണ് ഏറ്റവും മഹത്തായ ക്രിസ്തുമസ് സമ്മാനം?" ഒരു ദിവസം ക്ലാസിൽ ടീച്ചർ ചോദിച്ചു. സ്വർണമാല. കേക്ക്, രത്നക്കല്ല്... കുട്ടികൾ പറഞ്ഞ ഉത്തരങ്ങൾ കേട്ട് ടീച്ചർ ഒന്നു ചിരിച്ചു. എന്നിട്ട് പറഞ്ഞു: "കുഞ്ഞുങ്ങളേ, ഇതൊന്നുമല്ല. ശരിയായ ഉത്തരം ഞാൻ പറയാം."

വർഷങ്ങൾക്കുമുൻപുള്ള ഒരു പുലർകാല രാത്രി. പ്രശാന്തസുന്ദരമായ ബേത്‌ലഹേം താഴ്‌വര. മഞ്ഞിൻ കുളിർമ്മയിൽ മനോഹരമരങ്ങൾക്കിടയിൽ പൂമ്പാറ്റകളെപ്പോലെ മാലാഖമാർ. അവർ സ്വപ്നത്തിൽ പ്രത്യക്ഷപ്പെട്ട് ഇങ്ങനെ പറഞ്ഞു–

"പാപപങ്കിലമാവാത്ത ഒരിടം കിട്ടാത്തതിനാൽ രാജാധിരാജനായ ദൈവപുത്രൻ ബേത്‌ലഹേമിൽ ഒരു കാലിത്തൊഴുത്തിലെ പുൽത്തൊട്ടിലിൽ പിറന്നുവീണിരിക്കുന്നു." അത് കേട്ടുണർന്ന ജ്ഞാനികൾ തലയുയർത്തി നോക്കിയപ്പോൾ നീലാകാശത്ത് ഉദിച്ചുനിൽക്കുന്ന നക്ഷത്രം സംഗീതധാരപോലെ ക്രിസ്മസ് കരോൾ മൂളുന്നു–

"ദൈവത്തിന്റെ ഏകപുത്രനായ ഈശോമിശിഹായെ കാണണമെങ്കിൽ എന്റെ പിന്നാലെ വരുവിൻ." നീങ്ങുന്ന നക്ഷത്രത്തിനു പിന്നിൽനിന്ന് കർത്താവിന്റെ മാലാഖ നിർദ്ദേശിക്കുന്നു.

ജ്ഞാനികൾ ആനന്ദത്തോടെ നക്ഷത്രത്തിനു പിന്നാലെ നടക്കുമ്പോൾ മാർക്കോസ് എന്ന ആട്ടിടയനും അവരുടെ കൂടെ കൂടി. ഒടുവിൽ അവർ അവിടെ എത്തി.

മാതാവായ മറിയത്തിന്റെ മടിയിൽ കിടക്കുന്ന കുഞ്ഞിനെക്കണ്ട് അവർ സാഷ്ടാംഗം നമസ്കരിച്ചു.

ജ്ഞാനികൾ ഓരോരുത്തരായി അവരവരുടെ പണപ്പെട്ടി തുറന്നു. പൊന്നും പവിഴവും രത്നവും കുന്തിരിക്കവും ഒക്കെ കർത്താവിന് കാഴ്ചവച്ചു.

അതുകണ്ട് മാർക്കോസ് വല്ലാതെ പരിഭ്രമിച്ചു. അവന്റെ കൈയിൽ വിലപിടിപ്പുള്ളതായി ഒന്നുമില്ല. ഇനി എന്തു ചെയ്യുമെന്നോർത്തപ്പോൾ കണ്ണുകൾ നിറഞ്ഞു. ഒരു തുള്ളി കണ്ണുനീർ ദൈവപുത്രന്റെ മുഖത്തും വീണു.

ഉടൻ മാർക്കോസ് തന്റെ ഒട്ടകരോമക്കുപ്പായം ഊരി കണ്ണീരൊപ്പി കുഞ്ഞിനെ പുതപ്പിച്ചു. മാർക്കോസിന് ആകെ ഉണ്ടായിരുന്ന സ്വത്തായിരുന്നു ആ കുപ്പായം. "കർത്താവേ ഞാൻ തണുത്ത് മരിച്ചാലും എനിക്കുള്ളതെല്ലാം നിനക്കിരിക്കട്ടെ."

–എന്തൊരു സ്നേഹം! എന്തൊരു ത്യാഗം.

അതുതന്നെയല്ലേ ഏറ്റവും മഹത്തായ ക്രിസ്തുമസ് സമ്മാനം?

അതെ എന്ന അർത്ഥത്തിൽ വിദ്യാർത്ഥികൾ സന്തോഷത്തോടെ ഒരുമിച്ച് അതേ എന്ന് വിളിച്ചു പറഞ്ഞു. ■

ഞാനെന്തു വേണം?

ഉണർന്നെഴുന്നേറ്റുചെന്ന് പേസ്റ്റ് ട്യൂബ് ഞെക്കുമ്പോൾ പേസ്റ്റ് ഇല്ല. ദേഷ്യം ആവി പറക്കുന്ന ചുടുചായ പ്രതീക്ഷയോടെ വലിച്ചുകുടിക്കുമ്പോൾ മധുരമില്ല. കാരണം പഞ്ചസാരയുടെ വിലക്കൂടുതലാണെന്ന ഭാര്യയുടെ വിശദീകരണം. പക്ഷേ ഫലം ദേഷ്യം.

പത്രം എടുത്ത് നിവർത്തുമ്പോൾ അപകടമരണം - ചിത്രസഹിതം. അനുകമ്പയും ദേഷ്യവും. താഴെ വിദ്യാർത്ഥികളുടെ സമരാഹ്വാനം. നെറ്റി ചുളിയുന്നു - ദേഷ്യം.

ദേഷ്യത്തിന്റെ ഭാരം കൂടുകയാണ്.

പത്രം മടക്കിവെച്ച് കുളിമുറിയിൽ കടന്ന് പൈപ്പ് തിരിച്ചാൽ - ഫ്യൂ ഊ.....

വെറും കാറ്റു മാത്രം. വെള്ളം ഇല്ല. ദേഷ്യം.

ദേഷ്യത്തിന്റെ ഭാരം പിന്നേയും കൂടുന്നു.

ജോലിക്ക് പോവാനായി ബസ് സ്റ്റാന്റിലെത്തിയാൽ - ഒൻപതരയുടെ ബസ്സിന് ഡ്രൈവറില്ല. ഒൻപതേമുക്കാലിന്റേതിന് കണ്ടക്ടറില്ല; ദേഷ്യഭാരം പിന്നേയും ഏറുന്നു. പിന്നെ വൈകി പിടിക്കുന്ന ബസ്സിൽ കടന്നുകൂടാനുള്ള മല്ലയുദ്ധത്തിൽ മൂക്കിന് ഒരിടി.

ദേഷ്യം.

ബസ്സിൽ കയറി ബസ് ചാർജ് കൊടുക്കാൻ പേഴ്സ് നോക്കുമ്പോൾ പേഴ്സില്ല.

അങ്കലാപ്പും ദേഷ്യവും.

അങ്ങനെ വൈകി ഓഫീസിലെത്തുമ്പോൾ മേലുദ്യോഗസ്ഥന്റെ നീരസവും പരാതിയും.

വീണ്ടും ദേഷ്യഭാരം ഏറുന്നു.

ഇങ്ങനെ ഓരോരോ കാരണങ്ങളാൽ ജീവിതസംഘർഷവും ദേഷ്യവും അനുനിമിഷം വർദ്ധിക്കുന്നു.

ദേഷ്യം ഒരു ഭാരമാണ്. ഭാരം കൂടിക്കൂടി എടുക്കാൻ കഴിയുന്ന തിനപ്പുറം വർദ്ധിക്കുമ്പോൾ എല്ലാംകൂടി താഴത്തിടുന്നു.

ഇങ്ങനെ വീഴുന്ന ദേഷ്യഭാരം വന്നുവീഴുന്നത് പലപ്പോഴും കുട്ടി കളുടെ തലയിലാവും. തത്സമയം അവർ എന്താണ് സംഭവിച്ചതെന്ന് അറിയാതെ ചെയ്യാത്ത കുറ്റത്തിന് വേദന തിന്നേണ്ടിവരുന്നു. ഒരു ദാഹരണം- ദേഷ്യഭാരവുമായി കയറിവരുന്ന അച്ഛനോട് മോൻ - "അച്ഛാ അച്ഛന്റെ ഓഫീസിൽനിന്നും ഇന്ന് ഒരാൾ വന്നിരുന്നു?"

"അതിനിപ്പം ഞാനെന്തുവേണം?"

ദേഷ്യഭാരം കുട്ടിയുടെ തലയിലേക്ക് തെന്നിവീഴുകയാണ്.

മനസ്സിന്റെ ഗുഹകളിൽ ഒളിഞ്ഞിരിക്കുന്ന ദേഷ്യപ്പാമ്പുകൾ പത്തി വിടർത്തി ആടുകയാണ്. ഇവ കുട്ടിയുടെ ഇളംമനസ്സിനെ കൊത്തിക്കീറും.

ശരി

ദേഷ്യഭാരം ഇറക്കിവെക്കുന്നത് കുട്ടിയുടെ തലയിലാവാതിരിക്കാൻ ശ്രദ്ധിക്കണം. മഹാമാരണമായ കോപത്തെ, മുൻകോപത്തെ നിയന്ത്രിക്കണം. ദേഷ്യം വരാത്തവരുണ്ടാവില്ല. ദേഷ്യപ്പെടുന്നത് കുറ്റവുമല്ല. പക്ഷേ ദേഷ്യം നിയന്ത്രണാതീതമായി പൊട്ടിത്തകരുമ്പോൾ അതു വേദനാജനകമായ ഒരു ബലഹീനതയായി മാറുന്നു. ഈ ബലഹീനതയ്ക്ക് ഉത്തരവാദി അവനവൻതന്നെയാണ്. കുട്ടികളുടെ നേരെ ഈ ബലഹീനത പൊട്ടിപ്പുറപ്പെടാതിരിക്കാൻ നാം നിതാന്തജാഗ്രതയും ആത്മനിയന്ത്രണവും പാലിക്കണം. കോപം താപമാണ്. അത് കുട്ടിക്ക് മനഃസ്താപമുണ്ടാക്കും. വളരുന്ന അവന്റെ വഴി മുട്ടിക്കും.

ആകയാൽ കുട്ടിയോട് കോപിക്കാതെ കോപഭാരത്തോട് കോപിക്കുക. കുട്ടിയോട് കോപം തോന്നുമ്പോൾ കോപത്തിന്റെ മൂലകാരണം തേടുക. അല്ലെങ്കിൽ നാമം ജപിക്കുക. അല്ലെങ്കിൽ നൂറുവരെ എണ്ണുക. ■

ഒക്ടോബർ 2

ഓരോ ഒക്ടോബർ രണ്ട് വരുമ്പോഴും കിടന്നിടത്ത് കിടന്ന് കഴുത്ത് ഒന്ന് കലണ്ടറിനുനേരെ തിരിക്കാൻ ആകമാനം തളർന്ന് വീണ ആ വൃദ്ധൻ വെറുതെ പണിപ്പെടും. അപ്പോൾ മറ്റൊരു വൃഥാ പ്രയത്നമെന്നോണം ചുക്കിച്ചുളിഞ്ഞ അയാളുടെ മുഖത്തെ ഞെരമ്പുകൾ തുടിക്കുകയും കുഴിഞ്ഞ കണ്ണുകൾ നിറയുകയും ചെയ്യും. ഇത് കണ്ടുകൊണ്ട് കടന്നുവരുന്ന ഭാര്യ എന്തേ, എന്തേ എന്ന് കൈയും കലാശവും കാട്ടി ചെരിഞ്ഞു കിടക്കുന്ന തല ഒന്ന് നേരെ നിവർത്താൻ വെറുതെ പണിപ്പെടും.

ആകമാനം തളർന്നാൽ തലമാത്രം നേരെ നിൽക്കുമോ എന്ന് നിരാശപ്പെട്ടിട്ടോ എന്തോ ഇക്കൊല്ലം ഒക്ടോബർ രണ്ടിന് വൃദ്ധൻ കണ്ണുചിമ്മി ചത്തപോലെ കിടന്നു. തത്സമയം യാദൃച്ഛയാ അങ്ങോട്ട് കടന്നുചെല്ലാനിടയായ മറ്റൊരു വൃദ്ധൻ, വൃദ്ധന്റെ കളിക്കൂട്ടുകാരൻ. തന്റെ ചങ്ങാതിക്ക് എന്തുപറ്റി എന്ന് ചോദിച്ചതേ ഇല്ല. പണ്ടത്തെ ഏതെങ്കിലും ഒരു ഒക്ടോബർ രണ്ട് തന്റെ ചങ്ങാതിയുടെ മനസ്സിനെ എന്തെങ്കിലും ബാധപോലെ ബാധിച്ചിരിക്കും എന്ന് അയാൾ ഊഹിച്ചു. അന്ന് ഒന്നിച്ച് കള്ള്ഷാപ്പ് പിക്കറ്റ് ചെയ്തതും അടിയേറ്റ് വീണതും നെറ്റി കല്ലിൽ തല്ലി ചോര തെറിച്ചതും... അങ്ങനെ എന്തെല്ലാം കിടക്കുന്നു. തനിച്ച് കിടന്ന് താലോലിക്കാൻ...

അന്നത്തെ ഒരു മദ്യഷാപ്പിന്റെ സ്ഥാനത്ത് ഇന്ന് പത്തോ നൂറോ വരും ഷാപ്പുകൾ. പല വീടുകളും മദ്യഷാപ്പുകൾ തന്നെ. വാറ്റ്പുരകൾ. എനിക്ക് ചുറ്റുംതന്നെ സന്ധ്യയ്ക്ക് വിലാപശാലകളായി മാറുന്ന കുടിലുകൾ എത്രയെത്ര എന്ന് എന്തെന്നില്ലാത്ത അന്ധാളിപ്പോടെ വൃദ്ധൻ ഓർത്തപ്പോൾ അയാളുടെ മകനിലേക്ക് വീണുപോയി വിചാരം. അവനും എന്നെ ചതിച്ചു. വൃദ്ധൻ നെടുവീർപ്പിട്ടു.

ഈ നെടുവീർപ്പിനെപ്പറ്റിയാണ് ദൂരെ ഹോസ്റ്റൽ മുറിയിൽ കണ്ണടച്ചിരുന്ന് തന്നെത്തന്നെ ശപിക്കുന്ന കോളേജ്കുമാരനായ മകൻ ചിന്തിച്ചിരുന്നത്. അച്ഛന്റെ വഴി തെറ്റാണെന്നു തോന്നി. ധിക്കരിച്ചു.

പക്ഷേ ശരിയായ വഴി കണ്ടുപിടിക്കാൻ കഴിഞ്ഞില്ല. ഒന്ന് തെറ്റാണെന്നു തോന്നാനും അതിനെ ധിക്കരിക്കാനും എളുപ്പമാണ്. ശരി കണ്ടുപിടിക്കാനും അത് ജീവിതത്തിൽ നിലനിർത്തുവാനുമാണ് പ്രയാസം. കഴിഞ്ഞ ഒക്ടോബർ രണ്ടിനും കുടിക്കുകില്ലെന്ന് വ്രതമെടുത്തതാണ്.

ഇന്ന് ഒക്ടോബർ രണ്ടാണെന്ന് ഓർത്തപ്പോൾ അയാൾ അച്ഛനെപ്പറ്റി അകാരണമായി ഓർക്കുകയും കണ്ണുനിറയ്ക്കുകയും ചെയ്തു. നിറഞ്ഞ കണ്ണുകൾ പാതി അടച്ചിരുന്നതുകൊണ്ട് അയാൾ അച്ഛനോട് മാപ്പു ചോദിക്കുന്നതായി സങ്കല്പിച്ചു – അകന്ന് അകന്ന് പോകുമ്പോൾ പോകുന്നത് എങ്ങോട്ട് എന്നല്ല ഞാൻ ചിന്തിച്ചത്. അകന്നുപോകുന്നതിലുള്ള ആനന്ദം നുകരുന്നതിൽ മാത്രമായിരുന്നു മനസ്സുവെച്ചത്. തിരിച്ചുവരണം എന്നു തോന്നായ്കയല്ല, ശ്രമിക്കായ്കയല്ല, പക്ഷേ അകലം വല്ലാതെ വർദ്ധിച്ചിരിക്കുന്നു. ഇനി ഒരു തിരിച്ചുവരവോ കണ്ടുമുട്ടലോ ഉണ്ടായെന്ന് വരില്ല...

എന്താ മയങ്ങുകയാണോ എന്നു ചോദിച്ചുകൊണ്ട് സഹപാഠികളായ മൂന്നുനാല് പേർ കടന്നുവന്നു.

അതിലൊരാൾ കടുംപച്ച നിറത്തിലുള്ള ഒരു വിദേശമദ്യക്കുപ്പി മുന്നിൽ വച്ചുകൊണ്ട് അവന്റെ ആഹ്ലാദം അറിയിച്ചു.

ഒക്ടോബർ രണ്ട് സ്പെഷൽ. എനിക്ക് നാടൻ സാധനം ഒന്നും ഇഷ്ടമല്ല.

ഞാൻ ഇന്ത്യൻ വാച്ച് കെട്ടുകയില്ല.

ഞാൻ ഇന്ത്യൻ ഷർട്ട് ഇടുകയില്ല.

എനിക്ക് എല്ലാം ജപ്പാനിൽ നിന്നു വരും.

ഈ മുഖവുരയോടെ അവർ കുപ്പി പൊട്ടിച്ചു–

ഒക്ടോബർ 2ന്റെ ആഘോഷം ആരംഭിച്ചു. അവൻ അച്ഛനെപ്പറ്റി ഓർത്തതില്ല.

അച്ഛനാകട്ടെ മദ്യം വിഷമാണെന്ന് ചെറുപ്പക്കാരെ എങ്ങനെ ബോദ്ധ്യപ്പെടുത്തേണ്ടതെന്ന് അറിയാതെ കണ്ണീർ കലങ്ങിയ മനസ്സോടെ വീട്ടിലെത്തി. ■

ഠപ്പ്

തീ ഇല്ല. കറന്റില്ല. പിന്നെ എങ്ങനെ തീപ്പൊരി ഉണ്ടായി?

മിന്നൽ രൂപത്തിലാണ് നീലനിറമാർന്ന ഉജ്ജ്വല ജ്വാല കണ്ടത്. കണ്ടത് ആകാശത്തല്ല. കറന്റ് ഒഴുകുന്ന ബൾബിലുമല്ല. ഒരു ബാറ്ററി പോലും ജ്വാലയുടെ സമീപത്തൊന്നും ഉണ്ടായിരുന്നതുമില്ല. പിന്നെ അത് എവിടെനിന്ന് എങ്ങനെ ജ്വലിച്ചുപടർന്നു? ജ്വാലയോടൊപ്പം കൊച്ചു പടക്കം പൊട്ടുംപോലെ 'ഠപ്' എന്നൊരു ഒച്ചയും ചീറ്റലും ഉണ്ടായി. ഇലക്ട്രിക്കൽ എഞ്ചിനീയറായ അച്ഛൻപോലും പെട്ടെന്ന് ഞെട്ടിത്തെറിച്ച് പിന്നോട്ടു മാറി. ഒരെത്തുംപിടിയും കിട്ടാത്തപോലെ ഒമ്പരപ്പ് അച്ഛന്റെ മുഖമാകെ. ഞാനും ഞെട്ടിത്തെറിച്ചു പിന്തിരിഞ്ഞ് ഒരോട്ടം!

"ലക്ഷ്മീ!" ഒച്ചയും പരക്കംപാച്ചിലും കേട്ടിട്ടോ എന്തോ അമ്മ അകത്തുനിന്നും വിളിച്ചു ചോദിച്ചു: "എന്താ അവിടെ?"

"പേടിക്കണ്ട. ഞാൻ ഉണ്ട് ഇവിടെ."

അമ്മയെ സമാധാനിപ്പിക്കാൻ വേണ്ടി അച്ഛൻ വിളിച്ചു പറഞ്ഞു.

സംഭവത്തിന്റെ തുടക്കം ഇങ്ങനെ ആയിരുന്നു. ഞാൻ ട്യൂബ് ലൈറ്റിടുന്ന സ്റ്റാർട്ടറുമായി നടത്തിയ സങ്കല്പസംഭാഷണത്തെപ്പറ്റി യാണല്ലോ പറഞ്ഞുനിർത്തിയത്.

സ്റ്റാർട്ടറിന്റെ ഉള്ളിൽ ഒരു സ്വിച്ച് ഉണ്ടെന്നു പറഞ്ഞില്ലേ? സാധാരണ സ്വിച്ചല്ല. സൂത്രപ്പണി കാണിക്കുന്ന സ്വിച്ച്. അതൊന്ന് കാണണം എന്നു തോന്നി. അതിന് സ്റ്റാർട്ടർ തുറക്കണം. എങ്ങനെ? ഞാൻ അതിന്റെ കാലുകൾ ഉന്തിനിൽക്കുന്ന മേൽഭാഗത്തു നോക്കി. അവിടെ തവിട്ടുനിറത്തിലുള്ള ഒരു അടപ്പു കണ്ടു. അത് ഹൈലം ഷീറ്റിൽനിന്നു വെട്ടിയുണ്ടാക്കിയതാണ്. വട്ടത്തിലുള്ള അതിന്റെ വലിപ്പം കഷ്ടി അമ്പതു പൈസ തുട്ടിന്റെ അത്രമാത്രം. അടപ്പിൽ

നാല് കൊച്ചു കൊളുത്തുകൾ കാണാം. അവയാണ് അടപ്പിനെ അമർത്തിനിർത്തുന്നത്. അലൂമിനിയക്കൂടിന്റെ മേലറ്റം കൊച്ചുനഖങ്ങൾപോലെ നീട്ടിവളച്ചെടുത്തതാണ് കൊളുത്തുകൾ - കൊളുത്തുകളുടെ ഉള്ളിത്തൊലി കനത്തിലുള്ള മേലറ്റം വളച്ചു താഴ്ത്തിയാണ് അടപ്പിനെ ഉറപ്പിച്ചു നിറുത്തുന്നത്. അതുകൊണ്ട് കൊളുത്ത് അകത്തിയാൽ അടപ്പു തുറക്കാം. അതിന് ഒരു കൊച്ച് സ്ക്രൂ ഡ്രൈവർ വേണം.

"ആ കണക്റ്റർ (കൊച്ചു സ്ക്രൂഡ്രൈവർ) ഒന്നു തരാമോ?"

"എന്തിന്?" കടയിലെ മാനേജർ മുരളി അങ്കിൾ ചോദിച്ചു.

"സ്റ്റാർട്ടർ ഒന്നു തുറന്നുനോക്കാൻ."

അത് കട ഉടമ കേട്ടു. അയാൾ വിനയപൂർവ്വം എന്നെ വിലക്കി.

"ഇത് പുതിയ സ്റ്റാർട്ടർ ആണ്. തുറന്നാൽ ആളുകൾ വാങ്ങുമോ? മോൾക്ക് കേടുവന്ന സ്റ്റാർട്ടർ എത്രയെങ്കിലും കിട്ടും. അച്ഛൻ ഇലക്ട്രിസിറ്റി ആഫീസിൽ ഒന്നു ചോദിച്ചാൽ മതി."

ഈ വിവരം ഞാൻ അച്ഛനെ അറിയിച്ചു.

അച്ഛൻ ഇലക്ട്രിസിറ്റി ബോർഡ് ഓഫീസിൽ പോയി. കൂടെ ഞാനുമുണ്ടായിരുന്നു. ആഫീസിൽ കേടുവന്ന സ്റ്റാർട്ടറുകളുടെ ഒരു കൂമ്പാരം.

"എത്ര വേണമെങ്കിലും മോൾ എടുത്തോളൂ." അച്ഛനെ ഓർത്തിട്ടായിരിക്കാം ആഫീസിലുള്ളവർ അങ്ങനെ ഒരനുവാദം തന്നത്.

ഞാൻ ഒന്നല്ല, നാല് സ്റ്റാർട്ടർ എടുത്തു. അലുമിനിയം കേസിംങ് (കൂട്) ഉള്ള രണ്ടെണ്ണം, പി.വി.സി കേസിംങ് ഉള്ള രണ്ടെണ്ണം.

വീട്ടിൽ എത്തിയ ഉടനെ ഞാൻ കണക്റ്റർ എടുത്ത് സ്റ്റാർട്ടർ ബോഡിയുടെ കൊളുത്തുകൾ അകറ്റി അതു തുറന്നു. ഹൈലം ടോപ്പ് ഊരി പുറത്തെടുത്തു.

"ഈ ബൾബിനുള്ളിൽ എന്തെങ്കിലും ഉണ്ടോ അച്ഛാ?" 'ഉണ്ട്' എന്നു പറഞ്ഞ് അച്ഛൻ കണക്റ്റർ കൊണ്ട് മെല്ലെ ബൾബിൽ തട്ടിത്തട്ടി അത് പൊട്ടിച്ചു. പൊട്ടിയ ഉടനെ ഠപോ എന്ന ഒരു പൊട്ടലും മിന്നലും. ഇടിയും മിന്നലും പോലെതന്നെ.

ബൾബിനുള്ളിൽ എവിടെ ആകാശം? കാർമേഘം? മിന്നൽ കറന്റ്? ഒന്നുമില്ല. പിന്നെ മിന്നൽ ഉണ്ടായതോ?

അതിനെപ്പറ്റി ഞാൻ അച്ഛനോടു ചോദിച്ചു.

"ബൾബിനുള്ളിൽ ഹീലിയം വാതകം നിറച്ചിരിക്കും. പിന്നെ മൊട്ടുസൂചി വലിപ്പത്തിലുള്ള രണ്ട് ചെമ്പ് തകിടുകളും." അതായിരുന്നു അച്ഛന്റെ വിശദീകരണം.

"അച്ഛാ അത് ഞാൻ കണ്ടു. എനിക്കറിയേണ്ടത് ഈ ഇടിയും മിന്നലും എങ്ങനെ ഉണ്ടായി എന്നാണ്."

അദ്ഭുതം! അച്ഛനും ഉത്തരം മുട്ടിയതുപോലെ. അതിൽനിന്നും തടിതപ്പാനെന്നോണം പിന്നെയും അച്ഛൻ പിറുപിറുത്തു.

"ബൾബിനുള്ളിൽ ഹീലിയവും...."

"അച്ഛാ, ഞാൻ ചോദിച്ചതിന് ഉത്തരം?"

"പറയാം" അച്ഛന്റെ ഒച്ചയിൽ മുൻകോപത്തിന്റെ തീപ്പൊരിയുണ്ടെന്ന് ഞാൻ തിരിച്ചറിഞ്ഞു.

ഇത്തരം സന്ദർഭങ്ങളിൽ മൗനമാണു നല്ലതെന്ന് കരുതി ഞാൻ മിണ്ടാതെ നിന്നു.

സത്യം അറിയാൻ എത്രയോ വഴികളുണ്ട്!

■

ആ തീപ്പൊരി കഥ

അയ്യോ...

ഇടിമുഴക്കം പോലെയുള്ള ഒരു പൊട്ടിക്കരച്ചിലായിരുന്നു അത്.

പക്ഷേ ഒച്ച പുറത്തുകേട്ടില്ല. കാരണം ബസ്സ് നിറയെ ആളുകളായിരുന്നു. അതു മാത്രവുമല്ല എല്ലാ വേദനകളും ഉള്ളിൽ ഒതുക്കാൻ ജീവിതം പഠിപ്പിച്ചിരിക്കുന്നു. ഇന്നോ ഇന്നലെയോ തുടങ്ങിയതല്ല ഈ കഠിനാദ്ധ്വാനം. പന്ത്രണ്ടോ പതിമൂന്നോ വയസ്സുള്ളപ്പോൾ വീടുവിട്ടിറങ്ങി. പിന്നെ പകൽ മുഴുവൻ പണിയോട് പണി തന്നെ. ആദ്യം ബുക്ക് ബയന്റിങ്ങ് ആയിരുന്നു ജോലി. ഓരോ ബുക്ക് ബയന്റ് ചെയ്യുമ്പോഴും മനസ്സു നിറയെ കറന്റിനെപ്പറ്റിയുള്ള ഒരായിരം ചിന്തകളായിരുന്നു. കറന്റിനെപ്പറ്റി ആരെഴുതിയതും വായിക്കും. ബയന്റ് ചെയ്യുന്ന ഓരോ ബുക്കിലും കറന്റിനെപ്പറ്റി എന്തെങ്കിലും ഉണ്ടോ എന്ന് അറിയാൻ ഓരോ വരിയും വായിച്ചു നോക്കും. ഇത് ബയന്റിംഗ് ഷോപ്പ് ഉടമയ്ക്ക് തീരെ പിടിച്ചില്ല. അതുകൊണ്ട് താക്കീതുതന്നെയുണ്ടായി.

"പണിയെടുക്കുമ്പോൾ വായന വേണ്ട. പണി നിർത്തി വീട്ടിലെത്തുമ്പോൾ വെളുക്കുവോളം വായിച്ചോ."

"എങ്കിൽ ബയന്റിങ്ങിന് വരുന്ന പുസ്തകം വീട്ടിലേക്ക് എടുത്തോട്ടെ." ഒരിക്കൽ ഷോപ്പ് ഉടമയോട് ചോദിച്ചു.

"ശരി - എഴുതിവെച്ചിട്ട് എടുത്തോ. ഇന്നു കൊണ്ടുപോകുന്ന പുസ്തകം പിറ്റേന്ന് രാവിലെ കൊണ്ടുവരികയും വേണം."

ആവൂ! അതു കേട്ടപ്പോഴത്തെ ആഹ്ലാദം ഇന്നും ഓർക്കുന്നു. പിന്നെ വായനയോട് വായനതന്നെ. അങ്ങനെയാണ് എൻസൈക്ലോപീഡിയ ബ്രിട്ടാനിക്കയിൽ എഴുതിയ 'വൈദ്യുതി' വായിക്കാൻ ഇടയായത്. പിറ്റേന്ന് ജെയിംസ് വാട്ടിന്റെ ഒരു പുസ്തകവും വായിച്ചു.

അന്നാണ് ആ ചിന്ത ഒരൊഴിയാബാധപോലെ മനസ്സിനെ നിരന്തരം അലട്ടാൻ തുടങ്ങിയത്. കറന്റ് ഒഴുകുന്ന കമ്പിക്ക് ചുറ്റും കാന്തികശക്തി ഉണ്ടാവും. അപ്പോൾ കറന്റിൽനിന്നും കാന്തികശക്തി ഉണ്ടാവും. അങ്ങനെയെങ്കിൽ മറിച്ചും സത്യമാവേണ്ടേ? കാന്തികശക്തിയിൽനിന്ന് കറന്റ് ഉണ്ടാക്കാൻ സാധിക്കുകയില്ലേ?

അതിന് എന്തൊക്കെ വേണം?

കാന്തമുണ്ടായത് ഇരുമ്പിൽ കമ്പി ചുറ്റി അതിലൂടെ കറന്റ് പ്രവഹിച്ചപ്പോഴാണ്.

അപ്പോൾ കമ്പി, കറന്റ് അതിൽനിന്ന് കാന്തം.

എങ്കിൽ കാന്തവും കമ്പിയും ചേർത്ത് കറന്റുണ്ടാക്കാൻ കഴിയുമോ?

ഇതുതന്നെയായിരുന്നു സദാചിന്ത.

ഉണ്ണുമ്പോഴും ഉറങ്ങുമ്പോഴും ഇരിക്കുമ്പോഴും നടക്കുമ്പോഴും ഇതുതന്നെ ചിന്ത.

അങ്ങനെ ചിന്തിച്ച് ചിന്തിച്ച് ഇരുപത്തിയഞ്ച് വർഷം കടന്നുപോയി. ഒരു പുരുഷായുസ്സിൽ ഇരുപത്തിയഞ്ച് വർഷം ചുരുങ്ങിയ കാലമല്ലല്ലോ. അത്രയുംകാലം പാന്റിന്റെ പോക്കറ്റിൽ കാന്തവും കമ്പിയും കൊണ്ടുനടന്നു. ഒടുവിൽ അതുംപോയി. ആകെ ഉള്ള സമ്പാദ്യം. അയാൾ ചുറ്റും കണ്ണോടിച്ചു. എങ്ങുമില്ല. ആരെങ്കിലും പണമാണെന്ന് കരുതി പോക്കറ്റടിച്ചിരിക്കും.

അപ്പോൾ അവ നഷ്ടപ്പെട്ടുവോ? എന്നന്നേക്കുമായി നഷ്ടപ്പെട്ടുവോ? എന്റെ ദൈവമേ!

അയാളുടെ നെറ്റിയിൽ കുടുകുടാ വിയർപ്പുതുള്ളികൾ.

അയാൾ ചുറ്റിനും പമ്പരം തിരിഞ്ഞ് നോക്കുന്നത് കണ്ടപ്പോൾ യാത്രക്കാരിൽ ഒരാൾ ചോദിച്ചു.

“എന്താ? പണം? പണം പോക്കറ്റടിച്ചോ?

അയാൾ നെടുവീർപ്പോടെ പറഞ്ഞു.

“പണമല്ല പോയത്.”

“പിന്നെ.”

“എനിക്ക് ഏറ്റവും വിലപ്പെട്ടത്.”

“എന്താ അത്?”

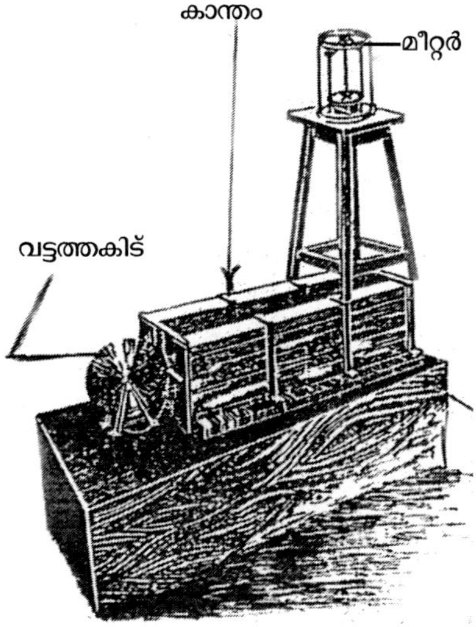

"ഒരു കാന്തവും ഒരു ചുറ്റ് കമ്പി ച്ചുരുളും."

"ഒരു അത്രയേ ഉള്ളൂ."

"അത്രയേ ഉള്ളൂ. പക്ഷേ അത് എന്റെ എല്ലാമായിരുന്നു. ഇന്ന് രാത്രിയിലേക്ക് വേണ്ടി കരുതിയ തായിരുന്നു."

"എന്തിന്?"

"കറന്റ് ഉണ്ടാക്കാൻ."

"കാന്തവും കമ്പിയും ഉണ്ടാ യാൽ കറന്റ് ഉണ്ടാകുമോ?"

"ഉണ്ടാവും. അതെങ്ങനെ?"

"കാണിച്ചുതരാം. നിങ്ങൾക്ക് ഒരു കാന്തവും കമ്പിയും തരാമോ?"

"നോക്കട്ടെ."

"എങ്കിൽ ഇന്നു രാത്രി 9 മണിക്ക് വരൂ. ഇതാണ് എന്റെ അഡ്രസ്സ്." അയാൾ ഒരു കാർഡ് നീട്ടിക്കൊണ്ട് പറഞ്ഞു.

കാർഡ് നോക്കിയപ്പോൾ യാത്രക്കാരൻ അമ്പരന്നു.

"ഹായ്!" ദൈവമേ! നിങ്ങളാണോ ഹാരഡെ, മൈക്കൽ ഹാരഡെ? ഹംഫ്രി ഡേവിയെപ്പോലും ബുദ്ധിശക്തികൊണ്ട് തോല്പിച്ച മനു ഷ്യൻ. പഠിച്ച് സ്വയം വളർന്ന് വലുതായ ജീനിയസ്."

"അങ്ങനെ ഒന്നും എന്നെ വാഴ്ത്തി സ്തുതിക്കരുതേ. പകരം ഒരുപകരാം ചെയ്യൂ. കാന്തവും കമ്പിയുമായി 9 മണിക്ക് വരൂ. ഞാൻ കാത്തിരിക്കും."

"തീർച്ചയായും ഞാൻ വരും."

യാത്രക്കാരൻ വാക്കുപാലിച്ചു. അയാൾ രാത്രി 9ന് എത്തി. അയാ ളുടെ കൈയിൽ U ആകൃതിയിൽ ഒരു കാന്തവുമുണ്ടായിരുന്നു.

"എവിടെ കമ്പിച്ചുരുൾ?"

"കമ്പിച്ചുരുൾ കിട്ടിയില്ല. പകരം ഒരു ചെമ്പ് തകിടുണ്ട്. അത് പോരെ."

ഫാരഡെ ചെമ്പ് തകിട് വാങ്ങിനോക്കി. പപ്പടംപോലെ വട്ടത്തിലുള്ള ചെമ്പ് തകിട്.

ഫാരഡെ തെല്ലുനേരം എന്തോ ആലോചിച്ചു.

പിന്നെ വീട്ടിലെ വർക്ക്ഷോപ്പിൽ കടന്നു തട്ടലും മുട്ടലും ഉരയ്ക്കലും രാവലും മറിക്കലും കൂട്ടിച്ചേർക്കലും തിരുതകൃതി. പാതിരയോടെ വട്ടത്തകിടുമായി വർക്ക്ഷോപ്പിൽ നിന്ന് ഫാരഡെ പുറത്തുവന്നു.

വട്ടത്തകിടിൽ ഒരു ഹാന്റിൽ ഉറപ്പിച്ചിരുന്നു. സൈക്കിളിന്റെ പെഡൽപോലെ ഒന്ന്. അത് പിടിച്ച് തിരിച്ചാൽ തകിട് വട്ടത്തിൽ കറങ്ങും. തകിടിനെ താങ്ങി നിറുത്തുന്നത് രണ്ട് ബേറിങ്ങുകളായിരുന്നു.

U കാന്തത്തിന്റെ വായ്‌വിടവിൽ വട്ടത്തകിട് വെച്ചു. എന്നിട്ട് തകിടിന്റെ ഹാന്റിൽ തിരിച്ചു.

ഉടൻ കണ്ടു, ചമ്പുതകിടുമായി സംയോജിപ്പിച്ചിരിക്കുന്ന മീറ്ററിലെ സൂചി ഊക്കോടെ ഓടുന്നു.

"കണ്ടോ കാന്തത്തിനിടയ്ക്ക് കറങ്ങുന്ന ചെമ്പു തകിടിൽ കറന്റ് ഉണ്ടായി. അതാണ് മീറ്ററിലെ സൂചി ചലിപ്പിച്ചത് ഫാരഡെ വിശദീകരിച്ച് ആഹ്ലാദിച്ചു.

അവർണ്ണനീയമായ ആ ആത്മസംതൃപ്തിയിൽ ഫാരഡെ എല്ലാം മറന്ന് മുഴുകിമയങ്ങിപ്പോയി.

ഈ കഥ ഇവിടെ നിറുത്തുന്നു.

ലോകത്തിൽ ആദ്യമായി ഇലക്ട്രിക് ജനറേറ്റർ നിർമ്മിച്ച് പ്രവർത്തിപ്പിച്ച കഥ. ടെക്നോളജിക്ക് ഒരിക്കലും മറക്കാനാവാത്ത കഥ.

ആരുമില്ലാതിരുന്ന മൈക്കൽ ഫാരഡെയെ അനശ്വരനാക്കിയ നിമിഷത്തിന്റെ കഥ.

അന്ന് ഫാരഡെ നിർമ്മിച്ച ജനറേറ്റർ മോൾക്ക് കാണണോ? ഞാൻ ഇവിടെ വരച്ച് കാണിക്കാം. എന്നു പറഞ്ഞത് ഞാനിങ്ങനെ അത് വരച്ചു.

■

ഉണ്ണിവിളക്ക്

മുരളിമാഷേ, ഇന്നലെ രാത്രി ഇവിടെ ഒരു സംഭവമുണ്ടായി. മാഷ്ടെ മാസികയിൽ അതു വരണം. എല്ലാ മക്കളും മാതാപിതാക്കളും അറിയട്ടെ.

എന്നെ മാഷ് ഓർക്കുന്നില്ലേ. കഴിഞ്ഞ വർഷം ഏഴാം സ്റ്റാൻഡേർഡ് എയിൽ ലീഡറായിരുന്ന ഉണ്ണിയെ?

എന്റെ വീട് മാഷ് കണ്ടിട്ടുണ്ടാവില്ല. നാൽ കേട്ടുകാണും. അതെ, നമ്മുടെ ജവഹർനഗറിലെ കുണ്ടിൽ കാണുന്ന ഓലപ്പുര. നഗറിൽ നിറയെ ഇരുനിലവീടുകളാ. കറന്റ് കട്ടാവുമ്പോൾ ഈ വീടുകളിലൊന്നും കറന്റു പോവില്ല. വിളക്ക് കെടില്ല. കാരണം അവർക്കെല്ലാം ഇൻവർട്ടർ ഉണ്ട്. കറന്റ് പോകുമ്പോൾ സ്വയമേവ അത് ഓണാവും. ആയിരങ്ങൾ വിലയുള്ള ഇൻവർട്ടർ.

ഇൻവർട്ടർ വാങ്ങാൻ ഞങ്ങൾക്ക് എവിടെ പണം! അതുമല്ല ഇന്നലെ റേഷൻ മണ്ണെണ്ണ കിട്ടിയതുമില്ല. അപ്പോൾ അമ്മ എന്തു ചെയ്തെന്നോ? തെങ്ങിൻപട്ടയിൽനിന്ന് അഞ്ചാറ് ഓല ചീന്തി ഒരു കൊച്ച് ചൂട്ട് കെട്ടി തീ കൊളുത്തി. അതുകണ്ട് മേലേവീട്ടിലെ കാറിൽനിന്ന് ഇറങ്ങിവന്ന സാറ് അമ്മയോട് തട്ടിക്കയറി:

“നിങ്ങൾ പുകയ്ക്കുന്നോ?”

“ഇത് ആർക്കും ഒരു ദോഷവും ചെയ്യില്ല.”

“എന്ന് ആരു പറഞ്ഞു?”

“എന്റെ അനുഭവത്തീന്നാ ഞാൻ പറേണെ. എന്റെ കുട്ടിക്കാലത്ത് ചൂട്ട് മിന്നിച്ചാ മനുഷ്യൻ വഴിനടന്നിരുന്നേ. എന്നിട്ട് ആർക്കും ഒരു കുഴപ്പവും ഉണ്ടായില്ല. എന്നാൽ കുഴപ്പം നിങ്ങൾ പട്ടാപ്പകൽ പ്ലാസ്റ്റിക് കത്തിക്കുമ്പോഴുണ്ടാകുന്ന പുകയാണ്. അത് നിർത്തുവിൻ; അമ്മയും വിട്ടില്ല.

"മുടന്തി; തർക്കുത്തരം പറയുന്നോ?"

അമ്മയെ മുടന്തി എന്നു വിളിച്ചപ്പോ നിക്ക് കരച്ചില് വന്നു. മുടിയ നായിരുന്ന അച്ഛൻ മരിക്കുംമുമ്പേ അമ്മയുടെ കാല് തല്ലി ഒടിക്കുന്നത് കണ്ട് കമാന്ന് ഒരക്ഷരം മിണ്ടാത്ത സാറ് അമ്മയെ മുടന്തി എന്നു വിളിക്കുന്നു.

"നാളെയും ചൂട്ട് കത്തിച്ചാൽ മുടന്തി വിവരം അറിയും പറ ഞ്ഞേക്കാം. കേട്ടോടാ ചെക്കാ" എന്ന് സാറ് കാറെടുക്കുമ്പോൾ എന്നേയും കണ്ണുരുട്ടി ഭീഷണിപ്പെടുത്തി.

ഞാൻ വല്ലാതെ ഭയന്നു.

രാത്രി പലവട്ടം ഞെട്ടി ഉണർന്നു.

ഇന്ന് ഉണർന്ന പാടേ ഞാൻ കിഴക്കേകോട്ടയിലേക്ക് വെച്ച് പിടിച്ചു. വിയർത്തൊലിച്ച് ആ കടയിൽ ചെന്ന് കയറി.

"എന്താ കുട്ട്യേ?"

ചോദ്യത്തിൽ കാരുണ്യം വാർന്ന് വീഴുന്ന കുളിർമ്മ. അതെന്നിൽ കുളിരായി ധൈര്യമുണർത്തി.

ഞാൻ എന്തെന്നില്ലാത്ത ആർത്തിയോടെ യാചിച്ചുപോയി.

"ഒരു എൽ.ഇ.ഡി. തര്വോ?"

"ഏത് എൽ.ഇ.ഡിയാ മോന് വേണ്ടേ?"

"5 എം.എംന്റെ. (എം.എം=മില്ലിമീറ്റർ) 5ന്റെ പവർ LED എന്താ വില?"

"രണ്ടര രൂപ. കുട്ടി രണ്ട് രൂപ തന്നാ മതി."

"പിന്നെ തന്നാൽ മതിയോ? എന്റെ കൈയിൽ ഇപ്പോൾ ഒറ്റ പൈസ ഇല്ല."

"വേണ്ട. പിന്നെ തന്നാൽ മതി" എന്ന് പറഞ്ഞ് ഒരു എൽ.ഇ. ഡി. നീട്ടുമ്പോൾ ആ അങ്കിൾ ചോദിച്ചു:

"എന്തിനാ ഇത്?"

"ഒരു വിളക്ക് ഉണ്ടാക്കാൻ."

"അതെങ്ങനെ?"

"നാളെ കത്തിച്ച് കാണിച്ചുതരാം."

"എങ്കിൽ നമുക്കൊരു വിളക്ക് കമ്പനി തുടങ്ങാം. പണം ഞാൻ മുടക്കാം."

ഞാൻ ആ അങ്കിളിന്റെ കാരുണ്യത്തിന് നന്ദി പറഞ്ഞ് നേരെ വീട്ടിലെത്തി.

ഒരു തീപ്പെട്ടിക്കൂട് എടുത്തു. അതിനുള്ളിൽ ഫ്യൂസായ രണ്ട് കൊച്ച് ബാറ്ററി ഇട്ടു.

അമ്മയെ ഭീഷണിപ്പെടുത്തിയ ആ സാറ് ഉണ്ടല്ലോ, അദ്ദേഹത്തിന്റെ അച്ഛൻ നടുറോഡിലേക്ക് വലിച്ചെറിഞ്ഞതാണവ. ട്രാൻസിസ്റ്റർ റേഡിയോയിൽ ഇടുന്ന ചെറുവിരൽ വണ്ണത്തിലുള്ള ബാറ്ററികൾ. ചാർജ് തീർന്നാൽ പിന്നെ അതാർക്കുവേണം? ആർക്കും വേണ്ടാത്തത് റോഡിലേക്ക്!

തീപ്പെട്ടിയിൽ അത്തരം ഒരു ബാറ്ററിയുടെ '+' മറ്റേതിന്റെ മൈനസ്സുമായി ഒരു കമ്പിനാര് ഇറുക്കിവെച്ച് യോജിപ്പിച്ചു. എന്നിട്ട് എൽ.ഇ.ഡിയുടെ നീളം കൂടിയ കാൽ +ൽ ഇറുക്കിവെച്ചു. നീളം കുറഞ്ഞത് മൈനസ്സിലും. അപ്പോൾ! ഹായ്! എൽ.ഇ.ഡി. ഒരു കൊച്ചു നക്ഷത്രമായി. രാത്രിയിൽ കറന്റ് കട്ടായപ്പോൾ എന്റെ ഓലവീടിന്റെ ഉമ്മറവും തെളിച്ചമുള്ള വെളിച്ചത്തിൽ മുങ്ങി. എന്റെ 'തീപ്പെട്ടി വിളക്ക്' കാണാൻ ഒരുപാട് അയൽക്കാർ! എന്റെ ഉള്ളാകെ മധുരമാം വെളിച്ചം!

■

ഒരു ക്രിസ്തുമസ് ചിത്രം

അപ്പൂപ്പൻ പറയുന്നതാണ് ശരിയെന്ന് എനിക്കു തോന്നുന്നു. എന്നാൽ അച്ഛനും അമ്മയ്ക്കും അതു കേട്ട ഭാവമേ ഇല്ല. കർത്താവിനെ കാണണോ ആദ്യം അവന്റെ അടുത്തു പോകണം എന്നാണ് അപ്പൂപ്പൻ പറയുന്നത്.

പള്ളിയിലേക്കുള്ള വഴിയോരത്ത് തന്നെയാണ് അവനും. കഷ്ടി എന്റെയത്ര പ്രായമേ വരൂ. കഷ്ടം! പാവത്തിനെ ചങ്ങലയ്ക്കിട്ടിരിക്കുന്നു. ചങ്ങലയുടെ ഒരറ്റം ആ ഇളംകൈത്തണ്ടയിൽ, മറ്റേ അറ്റം കടത്തിണ്ണയിലെ കുറ്റിയിൽ.

ദാഹിച്ച് പൊരിയുമ്പോൾ ചങ്ങലക്കെട്ട് പൊട്ടിക്കാൻ പാടുപെടുന്ന അവന്റെ ഞെരക്കം. “പൊന്നുമോളേ, സുന്ദരിക്കുട്ടീ... ഇന്നു നേരത്തെ ഒരുങ്ങിക്കോ ട്ടോ, പള്ളിയിൽ പോകാൻ...” എന്നൊക്കെ പറഞ്ഞ് എന്നെ കൊഞ്ചിക്കുന്ന അച്ഛനും അമ്മയ്ക്കും അതു കേൾക്കാൻ കാതുകളില്ലാതെ പോയല്ലോ.

തളർവാതം പിടിപെട്ട അവന് ഒന്ന് ഇഴയാൻ പോലും വയ്യ. പള്ളിയിൽ പോകുന്നവരിൽ ചിലർ ചില്ലറത്തുട്ടുകൾ എറിയാറുണ്ടത്രെ. രാത്രിയിൽ അതു പെറുക്കിയെടുക്കാൻ ഒരു കറമ്പൻ കൊമ്പൻമീശക്കാരൻ ആടിയാടി എത്തുമത്രെ. അയാൾ അവനെ ചവിട്ടുകയും തല്ലുകയും ചെയ്യും.

കഴിഞ്ഞയാഴ്ച അടുത്തുള്ള കുറ്റിക്കാട്ടിൽനിന്ന് ഒരു മൂർഖൻ അവന്റെ അടുത്തെത്തി പത്തിവിടർത്തി. വഴിപോക്കൻ ബഹളം വെച്ചതിനാൽ പാമ്പ് പത്തി താഴ്ത്തി മടങ്ങി.

ഇതറിഞ്ഞപ്പോൾ അപ്പൂപ്പൻ ആരോടെന്നില്ലാതെ പിറുപിറുത്തു.

“ഈ ക്രിസ്മസ് രാത്രിയിൽ അവനരികിൽ കർത്താവെത്തും.

പുതുമഴപോലെ സ്നേഹം പെയ്തിറങ്ങും. ചങ്ങലക്കണ്ണികൾ പള്ളി നാദമുതിർക്കും.

അച്ഛനും അമ്മയും മോളെക്കൂട്ടി കാറിൽ പള്ളിയിലേക്കു പറന്നു.

പള്ളിയിലെത്തി അല്പം കഴിഞ്ഞപ്പോൾ അവൾ ചുറ്റിനും നോക്കി. എല്ലാവരും പ്രാർത്ഥനയിൽ മുഴുകിയിരിക്കുന്നു...

ഇതുതന്നെ പറ്റിയ നേരം. അവൾ പതുങ്ങിപ്പതുങ്ങി നിരങ്ങി പള്ളി വിട്ടിറങ്ങി ചങ്ങലക്കുട്ടിയുടെ അടുത്തേക്ക് ഒരൊറ്റക്കുതിപ്പ്.

അവൻ വിശന്ന് പൊരിഞ്ഞ് തളർന്ന് പിടയുന്നു, തേങ്ങുന്നു.

അതുകണ്ട സ്നേഹപിതാവായ ദൈവത്തിൽനിന്ന് ഒരു കൈ നീളുന്നു. അവനെ തലോടുന്നു.

അപ്പോഴേക്കും അതാ പള്ളിയിൽ തേങ്ങലും വെപ്രാളവും പട രുന്നു. തൊട്ടടുത്തു മുട്ടുകുത്തി നിന്ന് മോൾ എവിടെ?

ഒടുവിൽ കണ്ടെത്തി, അതാ മോൾ കടത്തിണ്ണയിൽ ഒറ്റയ്ക്ക്. അപ്പോൾ ആ ചെക്കനോ?

അവൻ കർത്താവിനൊപ്പം സ്നേഹതീരത്തേക്ക് നടന്നുപോയിരുന്നു.

"ഹായ്, മോളേ..." അപ്പൂപ്പനും എത്തി. അവൾ കൈ നീട്ടി.

"അപ്പൂപ്പാ കണ്ടോ, കർത്താവ് തന്ന വിളക്കാ."

"വിളക്കോ? എവിടേ? ഞങ്ങൾ കാണുന്നില്ലല്ലോ" എന്നായി അച്ഛനും അമ്മയും.

അതു സ്നേഹപ്രകാശം ചൊരിയുന്ന വിളക്കായിരുന്നു. അതു കാണാൻ കണ്ണിൽ സ്നേഹം വേണം. സ്നേഹം വേണമെങ്കിൽ സ്നേഹം കൊടുക്കണം - ആ ചങ്ങലക്കുട്ടിയെ കർത്താവ് വാരിയെടുത്ത് തുരുതുരാ ഉമ്മ വച്ചുകൊണ്ട് പറഞ്ഞത് അതാവണം. അതുതന്നെയല്ലേ, പിന്നിൽ പോയ ഓരോ ക്രിസ്മസ് രാത്രിയും മന്ത്രിച്ചിരുന്നതും.

■

എല്ലാം ഇന്നലെ കഴിഞ്ഞപോലെ...

കഥയ്ക്കു മുമ്പേ...

ഇന്നും മനുഷ്യനിൽ കൊടുംഭീതിയും എന്തെന്നില്ലാത്ത ആശങ്കയും ജനിപ്പിച്ചുകൊണ്ടാണ് ഓരോ മിന്നലും ഭൂമിയിലുണ്ടാവുന്നത്. മിന്നലേറ്റാൽ ജീവാപായം സംഭവിക്കാം, സ്വത്ത് നശിക്കാം, സാധന സാമഗ്രികൾക്ക് കേട് പറ്റാം. ഫലവൃക്ഷങ്ങൾ കത്തിനശിക്കുന്നതുകൊണ്ട് ജീവിതമാർഗ്ഗം മുട്ടാം എന്നിങ്ങനെയുള്ള ദുരന്ത വിചാരങ്ങളായിരിക്കാം ഈ ഭീതിക്കും ആശങ്കയ്ക്കും ഹേതു.

ജാവ, ദക്ഷിണാഫ്രിക്ക, കേരളം, ജർമ്മനി, ആസ്ട്രിയ, അമേരിക്ക, ഇംഗ്ലണ്ട് എന്നിവിടങ്ങളിലാണ് മിന്നലിന്റെ ആക്രമണം കൂടുതലായി അനുഭവപ്പെടുന്നത്. 1963 ഒക്ടോബർ, നവംബർ മാസങ്ങളിൽ കേരളത്തിൽതന്നെ ഇടിമിന്നലേറ്റ് മുപ്പതുപേർ മരിക്കുകയും 120 ആളുകൾക്ക് പരിക്കേൽക്കുകയും ചെയ്തു. ഈ വർഷം തന്നെ ഇതിനകം എത്രപേർ മരിച്ചുകഴിഞ്ഞു.

പണ്ടേക്കു പണ്ടേ തുടങ്ങിയതാണ് മനുഷ്യന് മിന്നലിനെപ്പറ്റിയുള്ള തെറ്റിദ്ധാരണകൾ. പാതാളത്തിൽ ദേവാസുരന്മാർ തമ്മിൽ നടക്കുന്ന ഘോരമായ യുദ്ധത്തിന്റെ അലർച്ചയായി ഇടിമുഴക്കത്തേയും ആയുധനിർമ്മാണത്തിനുവേണ്ടി ഉലയിൽവെച്ച് ചുട്ടുപഴുപ്പിച്ചെടുത്ത ലോഹത്തിൽ കൂടംകൊണ്ട് ആഞ്ഞടിക്കുമ്പോഴുണ്ടാകുന്ന തീപ്പാരയായി മിന്നലിനേയും പണ്ടുള്ളവർ വ്യാഖ്യാനിച്ചിരുന്നു. ഷേക്സ്പിയർ കൃതികളിലും ഷെല്ലിയുടെ ഗ്രന്ഥങ്ങളിലും മിന്നലിനെപ്പറ്റി കാണുന്ന സൂചനകളിൽനിന്ന് മനുഷ്യന്റെ വിചാര വികാരങ്ങളെ അതെത്രമാത്രം സ്വാധീനിച്ചിരുന്നുവെന്ന് ഊഹിക്കാവുന്നതേയുള്ളൂ.

ഇനി കഥയിലേക്ക്:-

കാലമേറെ കഴിഞ്ഞിട്ടും ഞാനാ ദിവസം ഇന്നലെ കഴിഞ്ഞ

പോലെ ഓർക്കുന്നുണ്ട്. തനിച്ചാവുമ്പോഴെല്ലാം ഇന്നും ആ ഓർമ്മ മനസ്സിൽ നിറഞ്ഞു നിൽക്കും.

ഒരു ഇടവപ്പാതിക്കാലത്തെ വൈകുന്നേരം. അന്ന് കുട്ടികളായിരുന്ന ഞാനും എന്റെ ജ്യേഷ്ഠനും കൂടി കാട്ടിൽനിന്നും നാട്ടിലേക്ക് മടങ്ങുകയായിരുന്നു. ഇന്നത്തെപ്പോലെ വാഹനസൗകര്യമൊന്നും അന്നുണ്ടായിരുന്നില്ല. കാട്ടിൽനിന്നും നാട്ടിലെത്താൻ എട്ടൊൻപത് കിലോമീറ്റർ കാട്ടിലെ ചവിട്ടുവഴിയിലൂടെയും അറ്റം കാണാതെ

പരന്നുകിടക്കുന്ന വയലിലൂടെയും നടക്കണം. കാട്ടുവഴി കഴിഞ്ഞ് വയലിലേക്കിറങ്ങിയപ്പോൾ അന്തരീക്ഷം കറുത്തിരുണ്ട് തുടുത്തു നിന്നിരുന്നു. പർവ്വതംപോലെയുള്ള ഇരുണ്ട മേഘങ്ങൾ തലയ്ക്കു മേലെ അന്തരീക്ഷത്തിൽ തലങ്ങും വിലങ്ങും ഓടിനടപ്പുണ്ടായി രുന്നു.

വയലിന്റെ മദ്ധ്യത്തിലെത്തിയപ്പോൾ കനത്ത ഇടിയും മഴയും തുടങ്ങി. ഞങ്ങൾക്ക് ചുടാൻ ആകപ്പാടെയുണ്ടായിരുന്നത് പഴകി ദ്രവിച്ചുതുടങ്ങിയ ഒരു ഓലക്കുട മാത്രമായിരുന്നു. നനഞ്ഞു കുതിർന്ന ശരീരത്തിൽ കാറ്റ് ഊക്കോടെ വീശുവാൻ തുടങ്ങിയ പ്പോൾ ഞങ്ങൾ കിടുകിടാ വിറച്ചു.

"ആലിന്റെ ചുവട്ടിൽ തെല്ലുനേരം നിന്നാലോ?" ചേട്ടൻ ചോദിച്ചു.

വയലിന്റെ മധ്യത്തിലായി ഒറ്റപ്പെട്ടു നിൽക്കുന്ന മൂത്തു നരച്ച ഒരു വന്മരമായിരുന്നു ആ ആൽ.

ഞങ്ങൾ ആ മരച്ചുവട്ടിൽ നിന്നു. ഇടിയും മിന്നലും നിൽക്കു ന്നതും പേമാരി തോരുന്നതും കാത്ത്.

പൊടുന്നനെ കാറ്റിന് ഒന്നുകൂടി ഊക്ക് കൂടി.

ഓലക്കുട എന്റെ കൈയിൽനിന്നും പറന്നുപോയി.

അതെടുക്കാൻ ഞാൻ മരച്ചുവട്ടിൽ നിന്നും ഓടിപ്പോയ നേരത്ത് അന്തരീക്ഷത്തെ പിളർന്നുവന്ന ഒരുഗ്രൻ മിന്നൽ ജ്വാലയേറ്റ് ആലും ആൽച്ചുവട്ടിൽ നിന്നിരുന്ന ജ്യേഷ്ഠനും ചാരമായിപ്പോയി. അന്ന് മഴ തോരാൻവേണ്ടി ആ ഒറ്റപ്പെട്ട മരച്ചുവട്ടിൽ അഭയം തേടിയില്ലാ യിരുന്നുവെങ്കിൽ എന്റെ ജ്യേഷ്ഠൻ മരിക്കില്ലായിരുന്നുവെന്ന് ഇന്നെ നിക്കറിയാം.

ഇടിമിന്നലും ചാറ്റൽമഴയും ഉള്ള നേരത്ത് ആരും ഒരിക്കലും ഒറ്റപ്പെട്ടു നിൽക്കുന്ന വൃക്ഷച്ചുവട്ടിൽ ആത്മരക്ഷ തേടരുതെന്നും മറിച്ച് തത്സമയത്ത് വിശാലമായ വയലുകളിൽ അകപ്പെട്ടുപോകു ന്നവർ ഭൂമിയോട് ചേർന്നുകിടക്കുകയാണ് വേണ്ടതെന്നും ഇന്ന് എനിക്കറിയാം. പക്ഷേ ഇന്നും ഇടിമിന്നലുള്ളപ്പോൾ അപകടം ഉണ്ടാകാതിരിക്കാൻ എന്തു ചെയ്യണം എന്ന് അറിയാത്തതുകൊണ്ടു മാത്രം ലോകത്തിൽ എത്രയെത്ര നിരപരാധികളാണ് മിന്നലേറ്റ് മരിക്കുന്നത്.

■

ത്യാഗത്തിന്റെ വില

കഥയ്ക്കു മുമ്പേ ഒരു ചോദ്യം വന്നു-

"ഈ കഥ ഏത് പുസ്തകത്തിൽനിന്നാ?"

"ബൈബിളിൽനിന്ന്."

"അത് ആരുടെ കൃതിയാ?"

"ദൈവത്തിന്റെ."

"ദൈവം എഴുതിയതോ?"

"ദൈവം പറഞ്ഞത് കൊടുത്ത് എഴുതിച്ചത്."

"എഴുതിയത് ആര്."

"ആദ്യം കുറെ എഴുതിയത് മോശ."

"പിന്നെ?"

"പിന്നെ നാല്പതിലേറെ ആളുകൾ എഴുതി."

"യേശു ജനിക്കുമ്പോൾ ബൈബിൾ ഉണ്ടായിരുന്നോ?"

"ഉണ്ടായിരുന്നു - കുറച്ചുഭാഗം മാത്രം."

"ബാക്കി?"

"ബാക്കി യേശുശിഷ്യന്മാരായ മത്തായി, മാർക്കോ, ലൂക്കോസ്, യോഹന്നാൻ എന്നിവരാണ് എഴുതിയത്."

"യേശു എന്നാ ജീവിച്ചിരുന്നേ?"

"ഏതാണ്ട് 2000 കൊല്ലം മുമ്പ്."

"അവന്റെ പിതാവ് യോസേഫോ?"

"അല്ല. യേശുവിന്റെ പിതാവ് ദൈവം."

ദൈവത്തോടൊപ്പം സ്വർഗത്തിൽ കഴിഞ്ഞ് ഭൂമിയിൽ ജനിച്ച ഒരേ ഒരു മനുഷ്യനും യേശുവെന്ന് ബൈബിൾ.

യേശു നമ്മെ അത്യഗാധമായി സ്നേഹിച്ചു. പക്ഷേ വെറും 33 വയസ്സുവരെ മാത്രമേ അദ്ദേഹം ജീവിച്ചുള്ളൂ.

യെരുശലേമിലെ ഒരു വസന്തരാത്രി. ഒലീവ് കുന്നിലെ തോട്ടത്തിൽ യേശു പ്രാർത്ഥിക്കുന്നു. തത്സമയം വന്നെത്തുന്നു ആയുധങ്ങളുമായി ഒരു കൂട്ടം പടയാളികൾ. അവർ യേശുവിനെ പിടിച്ചു കെട്ടുന്നു. അതുകാണെ യേശുശിഷ്യന്മാർ പേടിച്ചോടുന്നു.

പടയാളികൾ നേരെ യേശുവിനെ പുരോഹിതരുടെ മുമ്പിലെത്തിക്കുന്നു.

"എടാ ധിക്കാരി, നീയോ ദൈവപുത്രൻ?"

"ങ്ആ."

എങ്കിൽ നീ പിടഞ്ഞുപിടഞ്ഞ് ചാവണം എന്ന് അലറിവിളിച്ചുകൊണ്ട് അവൻ യേശുവിനെ ഗവർണർ പിലാത്തോസിന് കൈമാറുന്നു-

"ഇവൻ ഭരണാധികാരികൾക്ക് എതിരാണ്. ഇവനെ കൊല്ലണം."

"അതെങ്ങനെ? സത്യം അവന്റെ ഭാഗത്താണല്ലോ. ഞാനവനെ വിട്ടയ്ക്കാം."

"എങ്കിൽ ഞങ്ങൾ രണ്ടിന്റെയും കഴുത്തറക്കും."

പുരോഹിതന്മാരോടൊപ്പം ജനവും അട്ടഹസിച്ചു.

പേടിച്ച പിലാത്തോസ് കഴുത്തറപ്പന്മാർക്ക് വഴങ്ങി.

"ആദ്യം അവനെ ചാട്ടകൊണ്ട് അടിക്കുവിൻ." അദ്ദേഹം കല്പിച്ചു.

ചാട്ടയടിയേറ്റ് ചോര പൊടിഞ്ഞു. ഉടുതുണി ചോരയിൽ നനഞ്ഞു. അദ്ദേഹം കിടുകിടാ വിറച്ചു. കൈകാലുകൾ തളർന്നു. ചുണ്ടും നാവും വരണ്ടു. എന്നിട്ടും ആ ക്രൂരന്മാർ കർത്താവിനെക്കൊണ്ട് ഭാരിച്ച കുരിശെടുപ്പിച്ചു. കഷ്ടപ്പെടുന്നവരുടെ കണ്ണീർ തുടച്ചതിന് കിട്ടിയ കൂലി! മനുഷ്യന്റെ പാപഭാരം ചുമന്നതിന് കിട്ടിയ കൂലി!

ഈശോമിശിഹായേ,

കണ്ണീർ കുടിക്കേണ്ടി വന്നപ്പോൾ അങ്ങയുടെ ശിഷ്യന്മാർ പോലും അങ്ങയെ കൈവെടിഞ്ഞല്ലോ കർത്താവേ!

യൂദാസ് സ്കറിയോത്ത അവിടത്തെ ഒറ്റിക്കൊടുത്തു. പത്രോസ് അവിടത്തെ തള്ളിപ്പറഞ്ഞു. മറ്റുള്ളവർ പേടിച്ചോടി. എന്നിട്ടും അങ്ങ്

പിന്തിരിഞ്ഞില്ല. കുരിശും ചുമന്ന് കടലോളം കണ്ണീരിലൂടെ നീന്തി നീന്തി നീങ്ങി.

തലയോടിടം എന്നറിയപ്പെടുന്ന ഗാഗുൽത്തായിലായിരുന്നു കൊലക്കളം. അവിടെവെച്ച് യേശുവിന്റെ കൈകാലുകളിൽ ആണി അടിച്ചു കയറ്റി കുരിശിൽ തറച്ചുകൊന്നു. അന്ന് വെള്ളിയാഴ്ചയായിരുന്നു. ദുഃഖവെള്ളി....

ഈ ഘട്ടത്തിൽ മറ്റൊരു സംശയം–

"പുത്രൻ പിടഞ്ഞുപിടഞ്ഞ് മരിക്കുമ്പോൾ സർവശക്തനായ പിതാവുപോലും അനങ്ങിയില്ലേ?"

ഇല്ല. അതിന് രണ്ടു കാരണങ്ങളുണ്ട്.

ഒന്ന്. പുത്രൻ വന്നത് നമ്മെ സ്നേഹിക്കാനും നമ്മുടെ പാപഭാരം ചുമക്കാനുമായിരുന്നു. അതിന് ഏറെ ത്യാഗം വേണം. ത്യാഗിക്ക് സഹനശക്തി കൂടിയേ കഴിയൂ. അതുണ്ടോ എന്നതിന്റെ പരീക്ഷണം കൂടിയായിരുന്നു ദൈവപുത്രന്റെ ആത്മത്യാഗം.

രണ്ട്. പിതാവിനെപ്പോലെ പുത്രനും അറിയാമായിരുന്നിരിക്കണം–

താൻ ശരീരമല്ല; അത് വെറുമൊരു കുപ്പായം മാത്രം. സത്യത്തിൽ താൻ ആത്മാവാണ്. അത് അനശ്വരം. അതിനെ കുരിശിലേറ്റാൻ ആർക്ക് കഴിയും!

അതുമല്ല.

ത്യാഗത്തിൽ നിന്നില്ലല്ലോ.

മറ്റൊന്നും ലഭിച്ചീടാൻ

ത്യാഗത്തിൻ ഫലം ത്യാഗം!

ദുഃഖവെള്ളി വിങ്ങിവിങ്ങിത്തേങ്ങുന്നതും അതുതന്നെയാണ്. ■

ഒരു രാത്രിസ്വപ്നത്തിന്റെ ഓർമ്മയ്ക്ക്

നാളെയാണ് കാത്തുകാത്തിരുന്ന എസ്.എസ്.എൽ.സി. പരീക്ഷ.

മോൾ പഠിച്ച് തിരുതകൃതി. നേരം ഇരുളുന്നു മോൾ ട്യൂബ് ഓണാക്കുന്നു. കഷ്ടം അത് കൺതുറക്കുന്നില്ല.

മോൾ: “അച്ഛാ ട്യൂബ് കത്തുന്നില്ല.”

അച്ഛൻ ഓടിയെത്തി. പഠിച്ച പണി പതിനെട്ടും നോക്കിയിട്ടും ട്യൂബ് കത്തിയില്ല.

എന്തൊക്കെയോ പിറുപിറുത്തുകൊണ്ട് ആരെയോ ഒക്കെ ശപിച്ചുകൊണ്ട് ട്യൂബിന് പകരം ഒരു ബൾബ് കത്തിച്ചു. അപ്പോഴേക്കും അച്ഛനാകെ വിയർത്തു. ഒന്നു നടുചായ്ക്കാനായി കിടന്നതാണ്. പക്ഷേ, പൊടുന്നനെ മയങ്ങിപ്പോയി. ആ മയക്കത്തിൽ അതാ ട്യൂബ് അടുത്തടുത്ത് വരുന്നു.

അച്ഛൻ: ഈ കൊടുംചതി ഇന്നു വേണ്ടായിരുന്നു.

ട്യൂബ്: ഞാനല്ല ചതിച്ചത്.

അച്ഛൻ: നീ അല്ലേ കത്തുന്നത്?

ട്യൂബ്: എന്ന് പറഞ്ഞുകൂടാ. എന്റെ രണ്ടറ്റത്തുമായി 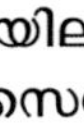 ഇങ്ങനെ രണ്ട് കോയിലുകൾ ഉണ്ട്. തോറിയം പൂശിയവ. അവയിലും ചില്ലുകുഴലിലെ ആർഗോൺ. മെർക്കുറി ബാഷ്പവും ഫ്ളൂറസെന്റ് പദാർത്ഥവും ചേർന്നാണ് കറന്റിനെ പ്രകാശമാക്കി മാറ്റുന്നത്.

ആ ട്യൂബിന്റെ ആയുസ്സ് തീർന്നാലോ?

ട്യൂബ്: അപ്പോൾ എന്റെ രണ്ടറ്റത്തും കറുപ്പ് നിറം വരും.

അച്ഛൻ: അപ്പോൾ സ്റ്റാർട്ടറിന്റെ തകരാറാവുമോ?

സ്റ്റാർട്ടർ: എന്റെ തകരാറ് ആണെങ്കിൽ എന്നെ മാറ്റി പുതിയ സ്റ്റാർട്ടർ ഇട്ടിട്ടും ട്യൂബ് കത്തിയില്ലല്ലോ.

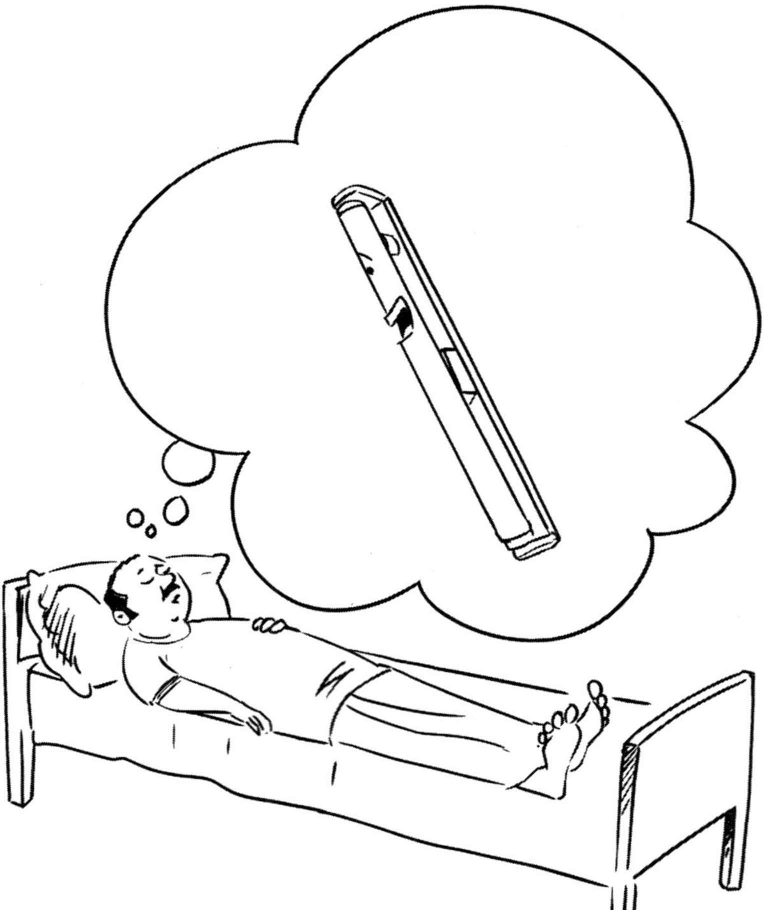

അച്ഛൻ: അപ്പോൾ പിന്നെ?

ചോക്ക്: എന്താ എന്നെപ്പറ്റി ഒന്നും ചിന്തിക്കാത്തേ? ഞാൻ ആർക്കും വേണ്ടാത്തവനോ?

അച്ഛൻ: അങ്ങയെ മനസ്സിലായില്ല.

ചോക്ക്: ഞാൻ ചോക്ക്. എന്റെ ഉള്ളിലും കമ്പിച്ചുരുൾ ഉണ്ട്. ഇരുമ്പ് തകിടിലാണ് അത് ചുറ്റിയിട്ടുള്ളത്.

അച്ഛൻ: നീയാണോ ട്യൂബ് കത്തിക്കുന്നത്?

ചോക്ക്: ഒരർത്ഥത്തിൽ അതെ. നിങ്ങളുടെ വീട്ടിൽ കിട്ടുന്ന കറന്റിന്റെ ബലം എത്രയാണെന്ന് അറിയോ?

അച്ഛൻ: 210 വോൾട്ട്.

ചോക്ക്: ട്യൂബ് കത്താൻ എത്ര വോൾട്ട് ബലമുള്ള കറന്റ് വേണം?

അച്ഛൻ: 1000 വോൾട്ട്.

ചോക്ക്: കറന്റിന്റെ ബലം 130ൽ നിന്ന് 1000 ആയി വർദ്ധിപ്പിക്കുന്നത് ഞാനാണ്.

അച്ഛൻ: ട്യൂബ് കത്തിക്കഴിഞ്ഞാൽ പിന്നെ

ചോക്ക്: കറന്റിന്റെ ബലം 110 ആക്കി ഞാൻ കുറയ്ക്കുന്നു.

സ്റ്റാർട്ടർ: ട്യൂബ് കത്തിക്കഴിഞ്ഞാൽ പിന്നെ എന്നെ ആർക്കും വേണ്ട?

ആവശ്യം കഴിഞ്ഞാൽ പിന്നെ ആരെങ്കിലും തിരിഞ്ഞു നോക്കോ?

സ്റ്റാർട്ടർ: ചോക്കേ, നീയും നന്ദിയില്ലാത്തവനാ. കറന്റിന്റെ ബലം കൂട്ടാൻ ഞാനാ സഹായിക്കുന്നത്. പക്ഷേ, ആവശ്യം കഴിഞ്ഞാൽ പിന്നെ എന്നെ ആവശ്യമില്ല.

അച്ഛൻ: എല്ലാം ഞാൻ മനസ്സിലാക്കുന്നു.

സ്റ്റാർട്ടർ: എന്ത്?

അച്ഛൻ: സ്റ്റാർട്ടർ, ചോക്ക്, കോയിൽ, ട്യൂബിനുള്ളിലെ മെർക്കുറി + ആർഗൺ ബാഷ്പം, ഇവർ ചേർന്ന മുന്നണിയാണ് ട്യൂബ് കത്തിക്കുന്നത്.

ചോക്ക്: ഏതെങ്കിലും ഒരു കക്ഷി ഇടഞ്ഞാൽ...

അച്ഛൻ: ട്യൂബ് കത്തില്ല.

ചോക്ക്: അതാണ് സത്യം. ■

ഒരു എൻ.ടി.എസ്.ഇ. കഥ

ഒന്ന്

കഥയ്ക്കു മുമ്പേ

എൻ.ടി.എസ്.ഇ. എന്നാൽ നാഷണൽ ടാലന്റ് സേർച്ച് എക്സാമിനേഷൻ. പത്തിലെ പൊന്നാണിത്.

സ്റ്റേറ്റ്, സി.ബി.എസ്.ഇ., ഐ.സി.എസ്.ഇ., കേന്ദ്രീയ വിദ്യാലയം, നവോദയ വിദ്യാലയം എന്നിങ്ങനെ വിവിധ പാഠ്യപദ്ധതികളിൽ, പത്താം സ്റ്റാന്റേർഡിൽ പഠിക്കുന്നവർക്ക് ഈ പരീക്ഷയ്ക്ക് ഇരിക്കാം. ഈ അവസരം ജീവിതത്തിൽ ഒരിക്കൽ മാത്രം.

ഈ പരീക്ഷാവിജയം ജീവിതത്തിൽ ലഭിക്കുന്ന വിലമതിക്കാനാവാത്ത ഒരു വിജയമുദ്രയാണ്.

ഇന്ത്യയിലെന്നല്ല വിദേശത്തും ഇത് മികച്ച അംഗീകാരമായി പരിഗണിക്കുന്നു.

പ്രതിമാസം നല്ലൊരു സംഖ്യ സ്കോളർഷിപ്പായി എത്രകാലം പഠിക്കുന്നുവോ അത്രയും കാലം കിട്ടിക്കൊണ്ടിരിക്കും. പഠിപ്പിന്റെ അവസാനം ഇത് പതിനായിരത്തോളം എത്താം.

എന്നാൽ കഷ്ടം! ഇന്നും എൻ.ടി.എസ്.ഇ. സാധാരണക്കാരുടെയും താണ ജീവിതനിലവാരക്കാരുടെയും മക്കളിലേക്ക് എത്തിയിട്ടില്ല. അതിനുള്ള കാരണങ്ങളിലേക്ക് കടക്കുന്നില്ല. സാന്ദർഭികമായി എല്ലാവരുടെയും ഉയർച്ചയ്ക്കായി ഇത്രയുംകൂടി പറഞ്ഞുപോകുന്നു.

കേന്ദ്രസർക്കാരിന്റെ എൻ.സി.ഇ.ആർ.ടിയാണ് സ്റ്റേറ്റ് ലെവൽ, നാഷണൽ ലെവൽ എന്നിങ്ങനെ രണ്ടു ഘട്ടങ്ങളിലായി ഈ പരീക്ഷ നടത്തുന്നത്. സ്റ്റേറ്റ് ലെവൽ ചുമതല കേരളത്തിലെ എൻ.ഇ.ആർ.ടിയ്ക്ക്.

പരീക്ഷയ്ക്ക് ഈരണ്ട് പേപ്പറുണ്ടാവും. ഒന്നാം പേപ്പർ സാറ്റ് – സ്കോളസ്റ്റിക് ആപ്റ്റിറ്റ്യൂഡ് ടെസ്റ്റ് – Scholastic Aptitude Test (SAT) ഗണിതം, സയൻസ്, സോഷ്യൽ സയൻസ്. പാഠപുസ്തകങ്ങളിൽനിന്നാവും ഇതിലെ ചോദ്യങ്ങൾ. നേർചോദ്യങ്ങളോടൊപ്പം ചിന്തിപ്പിക്കുന്ന ചോദ്യങ്ങളും ഉണ്ടാവും.

ഒരു ചിന്തിപ്പിക്കുന്ന ചോദ്യം കാണണോ? കാണാം.

കഥയിലേക്ക് കടക്കൂ.

രണ്ട്

അയ്യോ, അയ്യോ!

ഇത് കണ്ടോ. ഇത് കേൾക്കുന്നുണ്ടോ? വാഴകൾ വില്ല്പോലെ വളയുന്നു. ചിലതിന്റെ കൂമ്പൊടിയുന്നു. ചിലത് കടപുഴകി തലതല്ലി വീഴുന്നു.

എങ്ങുനിന്നോ പറപറന്നെത്തിയ ഊക്കൻ കാറ്റിന്റെ വികൃതിയും കുസൃതിയും തിരുതകൃതി.

ആ കൂറ്റൻ കാറ്റിന്റെ ഇരമ്പൽ തൊണ്ടയടച്ചവന്റെ അലർച്ച പോലെ.

പാവം, മുതുമുത്തച്ഛൻ തെങ്ങ് തലങ്ങും വിലങ്ങും ആടിയുലയുന്നു. അപ്പോൾ ഒപ്പം കിലുകിലെ കിലുങ്ങുന്നു ഒരു തേങ്ങാക്കുല.

അതിനെ തൊട്ടുരുമ്മിനിന്ന നാട്ടുമാവിൻകൊമ്പും കാറ്റേറ്റ് ഊഞ്ഞാലാടുംപോലെ ആടുന്നു. പക്ഷേ ഒപ്പം ആടാൻ കൂട്ടാക്കാത്തപോലെ ഇടഞ്ഞുനിൽക്കുന്ന കൊമ്പിൻചില്ലയിൽ ഒരു പഴുത്ത് മുഴുത്ത മാമ്പഴവും പച്ചമാങ്ങക്കൂട്ടവും.

അതുകണ്ട് കൊതിച്ചിട്ടോ എന്തോ വമ്പൻകാറ്റ് ഇളംകാറ്റായി.

ഇളംകാറ്റ് മാമ്പഴത്തെ തലോടി ഉമ്മവെച്ച് ചോദിച്ചു–

“ഞാൻ കൊമ്പ് ആട്ടിയിട്ടും അതിന്മേൽ തൂങ്ങിനിൽക്കുന്ന പൊന്നുമോളേ, നീ എന്താ ഒപ്പം ആടാത്തത്?”

“ഞാൻ മാത്രമല്ലല്ലോ എന്നോടൊപ്പമുള്ളവരും ആടുന്നില്ലല്ലോ. അതെന്താ?”

കാറ്റിന് ഉത്തരം മുട്ടിയപോലെ...

“അയ്യയ്യേ, മണ്ടച്ചാരേ, കുസൃതിക്കാറ്റേ, നീ വമ്പനാണല്ലോ. ശക്തിമാൻ. എന്നിട്ട് സയൻസിന്റെ ഹരിശ്രീപോലും അറീല്ല്യേ?

കഷ്ടം! നാണക്കേട് എന്ന് പറഞ്ഞ് കൂട്ടുകാരെ തലോടി ഒരു സുന്ദരി ക്കുട്ടിയെപ്പോലെ മാമ്പഴം നിന്ന് പൊട്ടിച്ചിരിച്ചു.

അത് താഴെ നിന്നിരുന്ന ക്ലാസ് 9-ാം ക്ലാസിലെ മേഘയും വർഷയും കേട്ടു.

മേഘയുടെ ചുണ്ടിലും പുഞ്ചിരി വിടർന്നു.

"നീ എന്താ ചിരിക്കുന്നേ?" വർഷ ചോദിച്ചു.

"കള്ളക്കാറ്റിന്റെ വിവരക്കേട് ഓർത്ത്."

"എന്ത് വിവരക്കേട്."

"നോക്ക്, മാവിന്റെ ഏത് ഭാഗത്താണ് മാമ്പഴം?"

വർഷ വീണ്ടും മാമ്പഴം നോക്കി.

കൊമ്പ് നീണ്ടത്. നീണ്ട കൊമ്പിൽനിന്നും ഇളംകൊമ്പ്.

"ഈ ഇളംകൊമ്പിന് എന്താ പേര്?

"അത് പുസ്തകത്തിലില്ല. പക്ഷേ, ന്റെ അപ്പൂപ്പന് അത് അറിയാ മായിരുന്നു." മേഘ പറഞ്ഞു.

"എന്നിട്ട് പറഞ്ഞുതന്നോ?"

"പിന്നെ. കൊമ്പിൽനിന്നുള്ള ചെറുകൊമ്പ് ആണ് ചില്ല."

"ചില്ലയുടെ അറ്റത്തോ?"

"നോക്ക്. നിനക്കു കണ്ണില്ലേ? കാണ്. കണ്ടറിവാണ് ഏറ്റവും മികച്ച അറിവ്. ഒരിക്കലും മറക്കാനാവാത്ത അറിവ്."

"ചില്ലയുടെ അറ്റത്ത് പച്ചച്ച..." വർഷ വിക്കി.

"തണ്ട്." മേഘ മുഴുവനാക്കി.

"ആ തണ്ടിലാണ് മാമ്പഴവും മാങ്ങകളും."

"ശരി, തുടർന്ന് മേഘ മറ്റൊരു ചോദ്യം. "തണ്ടിനോ മാമ്പഴ ത്തിനോ ഭാരം കൂടുതൽ?"

"എന്താ ത്ര സംശയം? മാമ്പഴത്തിന്."

"അതുകൊണ്ട് എന്തു സംഭവിച്ചു? അറിയോ?"

"ഇല്ല."

"എങ്കിൽ കേട്ടോ. ഞാൻ കണ്ടറിഞ്ഞിട്ടുള്ളതാ. കണ്ടറിവിനേ ക്കാൾ വലിയ സത്യമുണ്ടോ? ശരി, ഉണ്ടോ?"

"ഓ ഇല്ലെന്നേ. നീ കാര്യം പറയ്." വർഷ ധൃതിപ്പെട്ടു.

“കാറ്റടിച്ചപ്പോ തണ്ട് തുള്ളി. കുലുങ്ങി. പക്ഷേ, മാങ്ങക്കുല (മാമ്പഴവും പച്ചമാങ്ങകളും) ഒപ്പം കുലുങ്ങിയില്ല. കാരണം തണ്ടിനെ അപേക്ഷിച്ച് മാങ്ങക്കുലയ്ക്ക് ഉള്ള ഭാരക്കൂടുതൽ. കാറ്റിനുണ്ടോ ഇതു വല്ലതും അറിയുന്നു?” മേഘ ചിരിയോട് ചിരി. വർഷ കൂടി ചേർന്നപ്പോൾ ചിരി പൊട്ടിച്ചിരിയായി.

അതുകേട്ട കാറ്റ് കോപിച്ച് ആഞ്ഞടിക്കാൻ തുടങ്ങി. എന്നെ പരിഹസിച്ചവളുണ്ടല്ലോ. ആ കെങ്കേമി, മാമ്പഴസുന്ദരി! അവളുടെ കഥ കഴിച്ചിട്ട് ബാക്കി കാര്യം?

കാറ്റിന് പൊടുന്നനെ ഊക്ക് കൂടുന്നു.

ഒപ്പം കൊമ്പിനും ചില്ലയ്ക്കും തണ്ടിനും കുലുക്കവും ഇലകൾക്ക് കിലുകിലാരവവും.

കൂടുതൽ കുലുക്കം തണ്ടിന്. പക്ഷേ കൊമ്പിനും ചില്ലയ്ക്കും തണ്ടിനും ഒപ്പം മാങ്ങക്കൂട്ടം കുലുങ്ങുന്നില്ല. അവ കുലുക്കത്തിന് എതിരേ പൊരുതുന്നു. പൊരുതാൻ പ്രേരിപ്പിക്കുന്നത് മാമ്പഴത്തിന്റെയും മാങ്ങളുടെയും ഭാരം.

തണ്ട് കുലുക്കവും മാങ്ങ ഭാരവും തമ്മിലുള്ള പോരാട്ടം മുറുകുന്നു.

പൊരിഞ്ഞ പോരാട്ടത്തിൽ മാമ്പഴത്തിന് പിടിച്ചുനിൽക്കാനാവുന്നില്ല.

ഇതാ മാമ്പഴം ആദ്യം ഞെട്ടറ്റ് അടർന്നുവീഴുന്നു. ഒപ്പം തെങ്ങിലെ ഉണക്കത്തേങ്ങയും. രണ്ടിന്റേയും കീഴറ്റം ഒരേ ലെവലിൽ ആയിരുന്നു. അതുകൊണ്ടുതന്നെ ഒരേ ഉയരത്തിൽ നിന്നാണ് രണ്ടും വീണത്.

എങ്കിൽ പൂഴിത്തറയിൽ ആദ്യം എത്തിയത് ഏത്?

തേങ്ങയോ? അതോ മാമ്പഴമോ?

ഒമ്പതിലെ രണ്ട് ഇണക്കുരുവികൾ പറഞ്ഞതിങ്ങനെ:

എന്തിനും വെയ്റ്റ് കൂടുമ്പോൾ ഭൂമിയുടെ ആകർഷണബലവും കൂടും.

തേങ്ങയ്ക്കാണല്ലോ മാമ്പഴത്തേക്കാൾ വെയ്റ്റ് കൂടുതൽ. അപ്പോൾ അതിനെ കൂടുതൽ ബലത്തോടെ ഭൂമിയമ്മ താഴോട്ട് വലിക്കുന്നു. ആകയാൽ അതിന് വേഗം കൂടുന്നു. വേഗം കൂടിയതല്ലേ ആദ്യം എത്തുക?

അതു ശരിയാണോ? ഇനിയും സംശയം ബാക്കി.

മാമ്പഴം വീണശേഷമാണ് പച്ചമാങ്ങകൾ അടർന്ന് തെറിച്ചത്. അതെന്തുകൊണ്ട്? കാറ്റിന് മാമ്പഴത്തോടായിരുന്നു ദേഷ്യം എന്നതു കൊണ്ടോ?

മറ്റൊന്നുകൂടി.

കുട്ടികൾ അത് ശ്രദ്ധിച്ചോ എന്തോ?

മാങ്ങക്കൂട്ടത്തിനടുത്തായി ഒരിളംതണ്ടിൽ ഒറ്റയ്ക്ക് നിന്നിരുന്നു ഒരു കണ്ണിമാങ്ങ. അത് വീണില്ല. എന്നല്ല കാറ്റേറ്റിട്ടും ചില്ലയോടൊപ്പം അത് ആടിപ്പാടി കാറ്റിന്റെ കൂടെകൂടി ഒച്ചവെച്ച് ചിരിച്ചു. മാമ്പഴം വീഴുന്നതു കണ്ടിട്ടും കാണാത്തമട്ടിൽ കാറ്റിന്റെ മടിയിൽ കിടന്നാടി.

കണ്ണിമാങ്ങയ്ക്ക് മുത്തശ്ശിയെപ്പോലെയല്ലേ മാമ്പഴം? എന്നിട്ടും കണ്ണിമാങ്ങ കരഞ്ഞില്ല. എന്തുകൊണ്ടാവാം ഇത്? മൂത്ത് പഴുത്താൽ പിന്നെ കൊഴിയണമല്ലോ എന്ന് കരുതിയോ കണ്ണിമാങ്ങ? അതോ കാറ്റിന്റെ വിരോധം സമ്പാദിക്കേണ്ട എന്നു കരുതിയിട്ടോ?

അതെന്തോ ആവട്ടെ.

ഏറ്റവും കുഴയ്ക്കുന്ന ചോദ്യം ഇതാണ്-

വമ്പന്മാരായ പച്ചമാങ്ങകൾ വീണിട്ടും കൊച്ചുകണ്ണിമാങ്ങ വീഴാത്തതെന്തേ? കാറ്റിന്റെ വാത്സല്യംകൊണ്ടോ?

ആലോചിക്കൂ... പെൻസിൽ എടുക്കൂ... താഴെ ഉത്തരം ഒന്നൊന്നായി കുറിച്ചുവെക്കൂ.

ചോദ്യം ചുരുക്കത്തിൽ:

1. മാങ്ങയോ തേങ്ങയോ...?
2. പഴുത്തത് ആദ്യം വീണത്....?
3. കണ്ണിമാങ്ങ സങ്കടപ്പെടാത്തത്... ?
4. വലുത് വീണിട്ടും ചെറുത് വീഴാത്തത്...?

ഇനി തുടർന്ന് വായിക്കൂ. അതുവഴി ശരി ഉത്തരം മനസ്സിലേക്ക് കടന്നുവരും എന്നു മാത്രമല്ല അതെല്ലാം കണ്ടറിവായി ബുദ്ധിയിലും ബോധത്തിലും ലയിച്ചിരിക്കും. അതവിടെ എന്നെന്നും സഹായിയായി ഉണ്ടാകും.

മൂന്ന്

ഓരോന്ന് വീഴുന്നത് കാണുമ്പോഴും പണ്ടേക്ക് പണ്ടു മുതൽ ഇതുപോലുള്ള സംശയങ്ങൾ മനുഷ്യനിൽ ഉണർന്നിരിക്കാം. ചിലർ

സംശയം തീർക്കാനും ശ്രമിച്ചു. അവരിൽ മുമ്പൻ അരിസ്റ്റോട്ടിൽ. മഹാനായ അലക്സാണ്ടറുടെ സാറായിരുന്നല്ലോ അദ്ദേഹം.

അരിസ്റ്റോട്ടിൽ

അലക്സാണ്ടർ

അരിസ്റ്റോട്ടിലിന്റെ പാരമ്പര്യവും പ്രസിദ്ധം. 'റിപ്പബ്ലിക്' എഴുതിയ പ്ലേറ്റോ ആയിരുന്നു ഗുരു. പ്ലേറ്റോയുടെ ഗുരുവോ സാക്ഷാൽ സോക്രട്ടീസ് - സത്യം പറയുന്നതാണ് ധൈര്യം എന്ന് ജീവിച്ചുകാണിച്ച് ലോകത്തെ ബോദ്ധ്യപ്പെടുത്തിയ ധീരൻ. അധികാരികൾ കൊടുത്ത വിഷംപോലും സന്തോഷത്തോടെ കുടിച്ചാണ് ആ ധൈര്യശാലി മരിച്ചത്.

ഈ പാരമ്പര്യമാണോ എന്തോ, അരിസ്റ്റോട്ടിലും സദാ തർക്കിക്കും - ആരോട്. മഹാബുദ്ധിമാനായ ഗുരുവിനോടുപോലും. എന്നാൽ തർക്കം തീർന്നാലോ, പഴയ സ്നേഹവും ബഹുമാനവുമായി.

പാരമ്പര്യം കൂടിയാവാം അരിസ്റ്റോട്ടിലും വലുതായപ്പോൾ പണ്ഡിതനെന്ന പേര് നേടി പ്രസിദ്ധനായി. ഏതൻസിൽ ഒറ്റയ്ക്ക് ഒരു ഗുരുകുലംതന്നെ സ്ഥാപിച്ചു. അവിടെത്തന്നെ ശിഷ്യരോടൊത്ത് താമസവുമായി.

ആർക്കും എപ്പോൾ വേണമെങ്കിലും ഏത് സംശയവും ചോദിക്കാം എന്ന് ഗുരു.

അതുകേട്ട് ഒരു നാൾ ഒരു ശിഷ്യൻ സംശയവുമായി മുന്നോട്ട് വന്നു. അയാളുടെ കൈയിൽ രണ്ട് കല്ല്. ഒന്നു ചെറുത്. മറ്റേത് വലുത്. ചെറുതിനേക്കാൾ കഷ്ടി അഞ്ച് ഇരട്ടി ഭാരവും കൂടും.

ഗുരുദേവാ എന്ന് വിളിച്ചുകൊണ്ട് ശിഷ്യൻ ചോദ്യമെടുത്തിട്ടു.

"ഈ രണ്ട് കല്ലും ഒരേ ഉയരത്തിൽനിന്ന് ഒരേസമയം താഴേക്കിട്ടാൽ ഏതാ ആദ്യം എത്തുക?"

"നല്ല ചോദ്യം." ഗുരു പുഞ്ചിരിയോടെ ശിഷ്യനെ പുകഴ്ത്തി. ഒപ്പം മേലേക്ക് നോക്കി ഒരാലോചനയും.

അതുകണ്ട് മറ്റു ശിഷ്യരും ചുറ്റിനുംകൂടി ഉറ്റുനോക്കി.

എന്താവും ഗുരുവിന്റെ ഉത്തരം?

പക്ഷേ ഗുരുവിനില്ല മിണ്ടാട്ടം!

"ഏതാ മുമ്പെത്തുക, വലുതല്ലേ?" ശിഷ്യർ ധൃതിപ്പെട്ടു.

"സമാധാനിക്കിൻ. ഞാൻ ശരിക്ക് ഒന്ന് ആലോചിക്കട്ടെ."

ഗുരു മെല്ലെ കണ്ണ് ചിമ്മി. വീണ്ടും ചിന്തയിലാണ്ടു.

വലുതിന് ചെറുതിനേക്കാൾ കഷ്ടി അഞ്ച് ഇരട്ടി ഭാരം.

താഴോട്ട് ഇടുമ്പോൾ രണ്ടിനേയും എന്തോ താഴോട്ട് പിടിച്ചു വലിക്കും. ഈ വലിവ് ബലം ഏതിലാവും കൂടുതൽ? ചെറുതിലോ വലുതിലോ?

ഒരു കൊച്ചു ചട്ടിയും വൻകലവും താഴേക്കിട്ടാൽ കലം ഉടഞ്ഞ് ചിതറും. ചട്ടി പൊട്ടിയെന്ന് വരില്ല. ഇനി അഥവാ പൊട്ടിയാൽതന്നെ രണ്ട് അല്ലെങ്കിൽ മൂന്ന് കഷണമേ ആവൂ.

അപ്പോൾ വലിപ്പം കൂടിയതിലാവും ബലവും കൂടുതൽ.

ബലം കൂടിയാൽ സ്പീഡ് കൂടില്ലേ?

കൂടും. തീർച്ചയായും കൂടും.

അതുകൊണ്ട് വലിപ്പം കൂടിയത് ആദ്യം ഭൂമിയിലെത്തും.

ങ്ആ. ഉത്തരം കിട്ടി എന്ന് പറഞ്ഞ ഗുരു പൊട്ടിച്ചിരിച്ചുകൊണ്ട് ചോദിച്ചു–

"നീ എന്തു പറയുന്നു, വലുതോ ചെറുതോ ആദ്യം എത്തുക?" ഗുരു സംശയം ചോദിച്ച ശിഷ്യനോട് ചോദിച്ചു.

"എല്ലാരും പറയുന്നു. വലുതാണ് ആദ്യം എത്തുക എന്ന്. എനിക്കും അങ്ങനെത്തന്നെ തോന്നുന്നു."

"ശരി. ഏറ്റവും ശരി. വലിപ്പം കൂടിയത്, ഭാരം കൂടിയത് കുറഞ്ഞതിനേക്കാൾ വേഗം ഭൂമിയിൽ വന്നുവീഴും." അരിസ്റ്റോട്ടിൽ പ്രവചിച്ചു. ആ പ്രവചനം സിദ്ധാന്തമായി. ക്രിസ്തു ജനിക്കുന്നതിനും

മുമ്പാവണം ഇത്. കാരണം അരിസ്റ്റോട്ടിൽ ജനിച്ചത് ബി.സി. 384ൽ. മരിച്ചത് 322ൽ.

അതും കഴിഞ്ഞ് പിന്നെയും കഷ്ടി 2000 കൊല്ലം പിന്നിടേണ്ടി വന്നു വിശ്വപ്രസിദ്ധമായ ഈ പരീക്ഷണത്തിന്.

അത് നമുക്കൊന്ന് കാണാം.

നാല്

ഇറ്റലിയിലെ 'പിസാ' ഗോപുരം. ആ ചെരിഞ്ഞ ഗോപുരത്തിന് എന്തൊരു ഉയരം. ഇതാ നോക്കൂ.

ഗോപുരത്തിന്റെ ഏറ്റവും മുകളിൽ രണ്ട് ഗോളങ്ങൾ. ഒന്ന് ചെറുത് – ഭാരം കുറഞ്ഞത്. മറ്റേത് വലുത് – ഭാരം കൂടിയത്. രണ്ട് ഗോളങ്ങളും ഒരേ സമയം ഭൂമിയിലേക്ക് ഇടുന്നു. ഏതാണ് ആദ്യം എത്തുക?

അദ്ഭുതം! രണ്ടും ഒരേസമയം നിലത്ത് വന്നുവീഴുന്നു.

കണ്ടുനിന്നവർ അമ്പരന്നു. അരിസ്റ്റോട്ടിലിന് പറ്റിയ തെറ്റ് അവർ മുമ്പിൽ കണ്ടു.

പരീക്ഷണഫലത്തിന്റെ പിൻബലം ആ സത്യത്തിന് മിഴിവേക്, കരുത്ത് പകർന്നു. എന്നിട്ടും വിശ്വസിക്കാത്തവരുണ്ടായി. അവർ തർക്കിച്ചു.

“ഒരു പക്ഷിത്തൂവലും ഒരു സ്വർണനാണയവും ഒരേസമയം താഴേക്കിടൂ. അപ്പോൾ കാണാം ആദ്യം വന്നുവീഴുന്നത് നാണയമാണെന്ന്. ഇതെങ്ങനെ? പറയൂ, പറയൂ. നിങ്ങളുടെ ന്യായീകരണം. എന്തുകൊണ്ട് നാണയം ആദ്യം വന്നുവീണു? എന്താണ് കാരണം?”

പിസാ പരീക്ഷണം നടത്തിയത് 1564ൽ ജനിച്ച ഗലീലിയോ ഗലീലി.

ഗലീലിയോ പഠിക്കുന്നകാലത്തുതന്നെ മിടുമിടുക്കൻ. എന്തിനെപ്പറ്റിയും കൃത്യമായി, വ്യക്തമായി സൂക്ഷ്മമായി ചിന്തിക്കുന്നവൻ. പരീക്ഷണങ്ങളിലൂടെ നിഗമനങ്ങളിലെത്തുന്നവൻ.

ഒരു കമ്പിളിക്കച്ചവടക്കാരന്റെ മകനായി ജനിച്ചു. തകരുന്ന തറവാട്ടിൽ കണ്ണീര് കുടിച്ച് വളർന്നു. എന്നിട്ടും ഇരുപതാമത്തെ വയസ്സിൽ പെൻഡുലത്തെപ്പറ്റിയുള്ള കണ്ടുപിടിത്തം നടത്തി.

ആ ബുദ്ധിമാനോടാണ് കുസൃതികളുടെ കുതർക്കം.

തർക്കം പൊറുതിമുട്ടിച്ചപ്പോൾ ഗലീലിയോ സത്യം വ്യക്തമാക്കി.

പ്രിയപ്പെട്ടവരെ,

ദയവായി തർക്കം നിർത്തൂ. തൂവലും നാണയവും ഒപ്പം എത്തിയേനേ. വായുവിന്റെ തടസ്സം അല്ലെങ്കിൽ പ്രതിരോധം ഇല്ലായിരുന്നെങ്കിൽ. ഓർക്കുക, നമ്മുടെ തലയ്ക്കു മീതെ ഒരു വായുസമുദ്രം തന്നെ ഉണ്ട്. അതിലൂടെ എന്ത് വന്നു വീഴുമ്പോഴും വായു അതിൽ മുട്ടിയും തട്ടിയും ഉരസിയും തടസ്സമുണ്ടാക്കും. ഈ തടസ്സം വീഴുന്ന വസ്തുവിന്റെ കീഴ്പരപ്പിനെ ആശ്രയിച്ചിരിക്കുന്നു. തൂവലിന്റെ നാരുകൾ ചേർന്നുണ്ടാവുന്ന കീഴ്പരപ്പ് മുടിനാരിഴയുടെ വലിപ്പത്തിലുള്ള നാണയം കീഴ്പരപ്പുമായി താരതമ്യപ്പെടുത്തുമ്പോൾ വളരെ വലുതാണ്. അതുകൊണ്ട് തൂവൽപ്പരപ്പിൽ വായു കൂടുതൽ തടസ്സമുണ്ടാക്കുന്നു. അതുകൊണ്ടാണ് തൂവൽ നാണയത്തോടൊപ്പം താഴെ വീഴാത്തത്.”

“അപ്പോൾ വായുവാണോ തടസ്സം?”

“അതെ.”

“എങ്കിൽ വായു നീക്കം ചെയ്താലോ?”

“രണ്ടും എളുപ്പം എത്തും.”

“എങ്കിലും അതും ഒന്നു കാണിക്കൂ. ഞങ്ങൾ ഒന്നു കാണട്ടെ!”

ഗലീലിയോയ്ക്ക് അത് കാണിച്ചുകൊടുക്കാൻ കഴിഞ്ഞില്ല. പക്ഷേ അത് കാണിച്ചു. ആര്?

ഒരു ഇംഗ്ലണ്ടുകാരൻ. ആൾ കുട്ടിയായിരുന്നപ്പോൾ നന്നേ മെലിഞ്ഞിട്ടായിരുന്നു. നിർഭാഗ്യവശാൽ അവൻ ജനിക്കുംമുമ്പേ അച്ഛൻ മരിച്ചു. ജനിക്കുന്നതിന് വെറും മൂന്നു മാസമുള്ളപ്പോൾ. അതുമല്ല, അവന് രണ്ടു വയസ്സുള്ളപ്പോൾ അമ്മ വേറെ കല്യാണവും കഴിച്ചു. പിന്നെ അവന് തുണ അമ്മയുടെ അച്ഛൻ – അപ്പൂപ്പൻ മാത്രം. അതോർത്ത് അവൻ വല്ലാതെ വ്യസനിച്ച് വലഞ്ഞു. ക്ലാസിൽ ഉറക്കം തൂങ്ങി, ക്ഷീണംകൊണ്ട്.

അതുകണ്ട് കൂട്ടുകാർ കൂട്ടംകൂടി അവനെ കളിയാക്കി.

“മരമണ്ടൻ, ഉറക്കംതൂങ്ങി!”

ഇതുകേട്ട് സഹികെട്ടപ്പോൾ ഒരുനാൾ കളിയാക്കിയ കുട്ടിയുടെ മൂക്കിനിട്ടൊരു തൊഴി. ഒരു തള്ളും. തൊഴി കിട്ടിയവൻ വീണു. അതോടെ കൂട്ടുകാർ ഭയന്നു.

ഈ ഏഴാംകൂലി ഇത്ര ഭയങ്കരനോ?

“എടാ പൊട്ടാ, മണ്ടാ, ന്യൂട്ടാ. നീ എന്നെ തൊഴിച്ച് തള്ളി വീഴ്ത്തി. പക്ഷേ പഠിപ്പിൽ നിനക്കെന്നെ തോല്പിക്കാനാവില്ല.” തൊഴി കിട്ടിയവൻ വെല്ലുവിളിച്ചു.

അച്ഛനില്ലാത്ത കുട്ടി ആ വെല്ലുവിളി ഏറ്റെടുത്തു. അവൻ ഉണർന്നു. അന്നു മുതൽ പൊരിഞ്ഞു പഠിച്ചു. എല്ലാ പരീക്ഷകളും ഒന്നാമനായി.

ന്യൂട്ടൻ വളർന്നു. വലുതായി. വലിയ ആളായി. തനിക്ക് മുമ്പേയും മഹാന്മാരുണ്ടായിരുന്നല്ലോ. അവർ മുഴുവനാക്കാതെ പോയതെന്തെല്ലാം? ആ അന്വേഷണത്തിനിടെ അതാ കാണുന്നു–

1642. താൻ ജനിച്ച വർഷം. ആ വർഷമാണല്ലോ ഒരുപാട് കാര്യങ്ങൾ ബാക്കിയാക്കി മഹാനായ ഗലീലിയോ നമ്മെ വിട്ടുപിരിഞ്ഞത്. സങ്കടങ്ങൾ ഏറെ സഹിച്ചും. സത്യാന്വേഷണം നടത്തിയ ത്യാഗി. അദ്ദേഹത്തിന് കാണിക്കാൻ കഴിയാതെപോയ ഒരു സയൻസ് സത്യമുണ്ടല്ലോ. അത് ലോകത്തെ കാണിച്ചിട്ട് ബാക്കി കാര്യം – ന്യൂട്ടൻ തീരുമാനിച്ചു.

Galileo held the view that when a feather and a coin were dropped, heavy body-coin reached bottom first due to the resistance of the air. Otherwise both should have reached simultaneously.

Was it true?

Kindly watch.

ഇങ്ങനെ തന്റെ മാതൃഭാഷയിൽ ന്യൂട്ടൻ ലോകത്തോട് പറഞ്ഞത് മലയാളത്തിൽ-

(ഗലീലിയോ വിശ്വസിച്ചതും പറഞ്ഞതും എന്താ? തൂവലും നാണയവും ഒന്നിച്ച് ഇടുമ്പോൾ നാണയം ആദ്യമെത്താൻ കാരണം വായുവിന്റെ പ്രതിരോധമാണെന്ന്. അതില്ലായിരുന്നെങ്കിൽ രണ്ടും ഒന്നിച്ച് വന്നുവീണേനേ. സത്യമാണോ ഇത്? ഇതാ കൺമുമ്പിൽ നടക്കുന്നത് കാണുവിൻ....)

ഇത്രയും ഉച്ചത്തിൽ വിളിച്ചുപറഞ്ഞുകൊണ്ട്-

ന്യൂട്ടൻ ഒരു മീറ്ററോളം നീളം വരുന്ന ഒരു ഗ്ലാസ് കുഴൽ കൈയിലെടുത്തു.

കുഴലിന്റെ അടിഭാഗം ഒരു ചായഗ്ലാസിന്റേതുപോലെ അടഞ്ഞത്. വായ് ഭാഗത്തോ? ഒരു കോർക്ക് അടപ്പ്. അതിലൂടെ കുഴലിലെ വായു നീക്കം ചെയ്തു. പിന്നെ നീക്കം ചെയ്ത വായുവിന് കുഴലിലേക്ക് കടക്കാൻ കഴിയില്ല. കുഴൽ ശൂന്യമാവും. കുഴലിൽ വായു ഇല്ലാത്ത സ്ഥലം - അന്തരീക്ഷം ഉണ്ടാവും.

ന്യൂട്ടൺ കുഴലിന്റെ അടപ്പ് ഊരി. എന്നിട്ട് ഒരു തൂവലും നാണയവും ഒന്നിച്ച് അതിലേക്കിട്ടപ്പോൾ നാണയം തൂവലിന് മുമ്പേ താഴേക്ക് വീഴുന്നു. ഇതാ കണ്ടോ...

ഇവ്വിധം നാണയം മുമ്പേ. തൂവൽ പിമ്പേ. അങ്ങനെ നാണയം തന്നെ ആദ്യം കുഴലിനടിയിൽ വന്നുവീഴുന്നു.

അതുകണ്ട് ചിലർ വിളിച്ചു കൂവി...

ഗലീലിയോ മണ്ടൻ!

ന്യൂട്ടണും മണ്ടൻ!

കാഴ്ച തീർന്നില്ല കൂട്ടലേ. ഇനിയുള്ളതുകൂടി കാണൂ എന്നു പറഞ്ഞ് ന്യൂട്ടൻ കുഴലിന്റെ വായ് കോർക്കിട്ട് അടച്ചു.

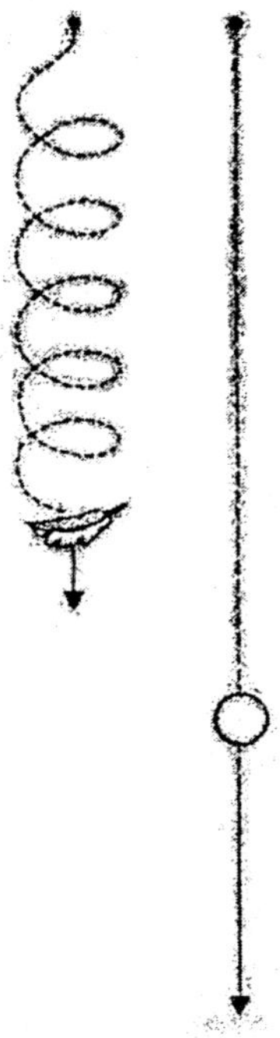

ഒരു കൈപ്പമ്പ് തിരിച്ച് കുഴലിലെ വായു മുഴുവൻ കോർക്കിലൂടെ വലിച്ചെടുത്ത് പുറംതള്ളി. അപ്പോഴും കുഴലിന്നടിയിൽതന്നെയുണ്ട് നാണയവും തൂവലും. അവയിലേക്ക് ന്യൂട്ടൺ ഒന്നുകൂടി വിരൽ ചൂണ്ടി. അവ അവിടെത്തന്നെ ഉണ്ടെന്ന് ചുറ്റിനും ഉള്ളവരെ ബോധ്യപ്പെടുത്താൻ.

എന്നിട്ട് വായു ശൂന്യമായ കുഴൽ പൊടുന്നനെ തലകീഴായ് ഒരൊറ്റ കമിഴ്ത്തൽ.

തത്സമയം ലോകർ ആദ്യമായി ആ കാഴ്ച കാണുന്നു.

കുഴലിന്റെ അടിത്തട്ട് ഇപ്പോൾ മേലെയാണല്ലോ. അവിടെനിന്ന് തൂവലും നാണയവും ഒരേസമയം വീഴാൻ തുടങ്ങുന്നു.

അദ്ഭുതം–

രണ്ടും ഒപ്പത്തിനൊപ്പം സഞ്ചരിക്കുന്നു. ഇതാ കണ്ടോ?

ഒടുവിൽ രണ്ടും ഒരേസമയത്തുതന്നെ അടപ്പിന്റെ പുറത്ത് വന്നു വീഴുന്നു.

ഇപ്പോൾ എല്ലാവർക്കും ബോധ്യമായല്ലോ? മുമ്പ് ഗലീലിയോ പറഞ്ഞതെത്ര ശരി! പരമസത്യമായിരുന്നു അത്.

“ആ പ്രതിഭാശാലിയുടെ ഭാവന അപാരം. ആ ബുദ്ധിശാരി അന്ന് മനസ്സിൽ കണ്ടത് ഇന്ന് ഒരു മഹാസത്യമാണെന്ന് തെളി ഞ്ഞിരിക്കുന്നു.”

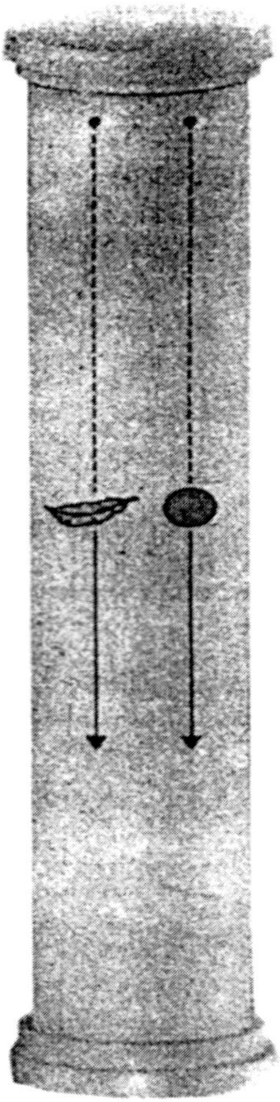

ഇവ്വിധം ആളുകൾ ഗലീലിയോവിനെ വാഴ്ത്താൻ തുടങ്ങി.

"ഗലീലിയോ കൊളുത്തിയത് തെളിച്ചമില്ലാത്ത ഒരു തിരിനാളം. അതിനെ ഈ മനുഷ്യൻ പാടുപെട്ട് ഒരു കെടാവിളക്കാക്കിയിരിക്കുന്നു." പരീക്ഷണം കണ്ടും കേട്ടും അറിഞ്ഞ പുരുഷാരം പുളകം കൊള്ളുകയാണ്.

ലോകപ്രശസ്തമായ ഈ പരീക്ഷണം സർ ഐസക് ന്യൂട്ടനെ വിശ്വപ്രശസ്തനാക്കി.

"The experiment is also famous as feather coin experiment"

(ആ പരീക്ഷണവും തൂവൽനാണയ പരീക്ഷണം എന്ന പേരിൽ ലോകപ്രശസ്തം) എൻ.ടി.എസ്.ഇ. നേടിയ രാജ്കമൽ സൂചിപ്പിച്ചതും യദൃച്ഛയാ ഇവിടെ ഓർത്തുപോകുന്നു.

ഇത്രയും പറഞ്ഞുവന്നതുവെച്ച് ഒന്നാം ഉത്തരം ഊഹിക്കാവുന്നതേ ഉള്ളൂ.

അതെ. മാങ്ങയും തേങ്ങയും ഒപ്പത്തിനൊപ്പം മണ്ണിൽ വന്നുവീഴും. അതാണ് ശരിഉത്തരം. ഇനി ഇതെങ്ങനെ ഒരു എൻ.ടി. എസ്.ഇ. ചോദ്യമായി ചോദിക്കാമെന്ന് നോക്കിയാലോ?

അഞ്ച്

എൻ.ടി.എസ്.ഇ ചോദ്യമോരോന്നിനും ചോദ്യഭാഗവും ഉത്തരഭാഗവും ഉണ്ടാകും.

ഉത്തരഭാഗത്തിൽ നാല് ഉത്തരങ്ങൾ കൊടുത്തിരിക്കും. അവയിൽനിന്ന് ഏറ്റവും ശരി ഉത്തരം കണ്ടുപിടിച്ച് ആവശ്യപ്പെട്ടിരിക്കുന്ന രീതിയിൽ ഉത്തരക്കടലാസായ ഒ.എം.ആർ. ഷീറ്റിൽ രേഖപ്പെടുത്തണം. ശരിഉത്തര നമ്പറിന് നേരെ താഴെയുള്ള വൃത്തം പൂർണമായി കറുപ്പിക്കണം.

സാറ്റിനെപ്പറ്റി പറഞ്ഞത് ഒന്നുകൂടി ഓർക്കുക.

സാറ്റിൽ നാല്പത് സയൻസ് ചോദ്യങ്ങളുണ്ടാവാം. അതിൽ ചിലത് ഈ കഥയിൽ നിന്നാവാം. ഇങ്ങനെ:

1. കഥയിൽ മാങ്ങയും തേങ്ങയും ഒരേസമയം വേണത്

(A) രണ്ടിലും ഭൂബലം തുല്യമായതുകൊണ്ട്

(B) രണ്ടും വേഗമാറ്റം തുല്യമായതുകൊണ്ട്

(C) രണ്ടും ഒരേ ഉയരത്തിൽ നിന്നായതുകൊണ്ട്

(D) രണ്ടും ഒരേസമയത്ത് തന്നെ വീണതുകൊണ്ട്

2. ഈ ബുദ്ധിമാന്മാരിൽ ആരായിരിക്കാം ആദ്യം ജനിച്ചത്?

(A) സോക്രട്ടീസ്

(B) ഗലീലിയോ

(C) പ്ലാറ്റോ

(D) അരിസ്റ്റോട്ടിൽ

മൂന്നാമത്തേതായി കഥയിൽ ഉന്നയിച്ച സംശയം ചോദ്യമാക്കുന്നു. ഉത്തരം കുറിക്കാൻ പറഞ്ഞ രണ്ടാമത്തെ ചോദ്യം:

3. പഴുത്തത് ആദ്യം വീണത്-

(A) ഭാരക്കുറവുകൊണ്ട്

(B) ഭാരക്കൂടുതൽകൊണ്ട്

(C) ഞെട്ടി ബലക്ഷയത്താൽ

(D) കുലുക്കത്തിന്റെ ഞെരുക്കത്താൽ

4. കഥയിൽ മൂന്നാംചോദ്യം: കണ്ണിമാങ്ങ സങ്കടപ്പെടാത്തത്-

(A) പഴുത്താൽ കൊഴിയണമെന്ന് കരുതി

(B) വീഴാറായവരോടുള്ള വെറുപ്പ് കാരണം

(C) വീഴാറായിട്ടും കടിച്ചുതൂങ്ങുന്നോ എന്ന തോന്നൽ മൂലം

(D) കണ്ടിട്ടും താനൊന്നും കണ്ടില്ലേ എന്ന മനോഭാവം.

ഈ ചോദ്യം എൻ.ടി.എസ്.ഇയുടെ രണ്ടാംപേപ്പർ ആയ മാറ്റിലേക്ക് ആണ് യോജിക്കുക.

മാറ്റ് എന്നാൽ മെന്റൽ എബിലിറ്റി ടെസ്റ്റ് (Mental Ability Test). പരീക്ഷാഹാളിൽ പ്രയോഗിക്കാനാവുന്ന ശ്രദ്ധയും ബുദ്ധിയും നേർവഴിക്ക് യുക്തിയുക്തമായി ചിന്തിക്കാനുള്ള കഴിവുമാണ് മാറ്റിൽ പരീക്ഷിക്കുന്നത്.

മിടുക്കരെപോലും കുഴപ്പത്തിലാക്കുന്ന ഒരു കുരുക്ക് ചോദ്യം കേൾക്കണോ?

എങ്കിൽ ഈ കഥ കേൾക്കൂ.

ആറ്

പേരില്ലാത്ത നാല്പേർ

കഴിഞ്ഞമാസം ആദ്യ ഞായറാഴ്ച രാവിലെ ഞാനും അച്ഛനും മുടിവെട്ടാൻ പോയി. ബാർബർഷാപ്പിൽ ചെന്നുനോക്കുമ്പോൾ ബാർബറുടെ മുമ്പിൽ ആളുണ്ട്. ആ ആളെ നോക്കി അച്ഛൻ ഒന്നു വണങ്ങി.

"നമസ്കാരം എൻജിനീയർ."

'നമസ്കാരം." തലതിരിക്കാതെ എൻജിനീയർ പറഞ്ഞു.

"എന്റെ ഇപ്പോ കഴിയും."

ഇരുന്നോളൂ എന്ന് പറഞ്ഞ് ബാർബർ ഒഴിഞ്ഞ കസേരകളിലേക്ക് കത്രികപിടിച്ച കൈ നീങ്ങി.

ഞങ്ങൾ ഇരുന്നപ്പോഴുണ്ട് വന്നുകയറുന്നു ഞങ്ങളുടെ വീടിന്റെ താഴെ താമസിക്കുന്ന ഒരാശാരിയും മൂശാരിയും.

അപ്പോൾ ഞങ്ങളെ കൂടാതെ നാലുപേർ.

(A) എൻജിനീയർ

(B) ആശാരി

(C) മൂശാരി

(D) ബാർബർ

അച്ഛൻ എന്നെ പുറത്തേക്ക് വിളിച്ച് ചോദിക്കുകയാണ്. ഉറക്കെയൊന്നുമല്ല. ചോദ്യം ചെവിയിൽ മന്ത്രിക്കുകയാണ്.

മോനേ, നീ ഇവരെ കണ്ടല്ലോ. എൻജിനീയർ, ആശാരി, മൂശാരി, ബാർബർ. ഇവർ നാലുപേരിൽ ആരാണ് കൂട്ടത്തിൽ കൂടാത്തത് എന്നൊരു ചോദ്യം. എൻ.ടി.എസ്.ഇയ്ക്ക് വന്നാൽ നിന്റെ ഉത്തരം എന്തായിരിക്കും?

(ഈ ചോദ്യം 5-ാം ചോദ്യമായെടുത്ത് ശരി ഉത്തരത്തിനായി കഥാവസാനം കാണുക. അതുവരെ നിങ്ങളുടെ ഉത്തരം ഈ വരയിൽ കുറിക്കുക.)

.... (Aയോ Bയോ Cയോ Dയോ?)

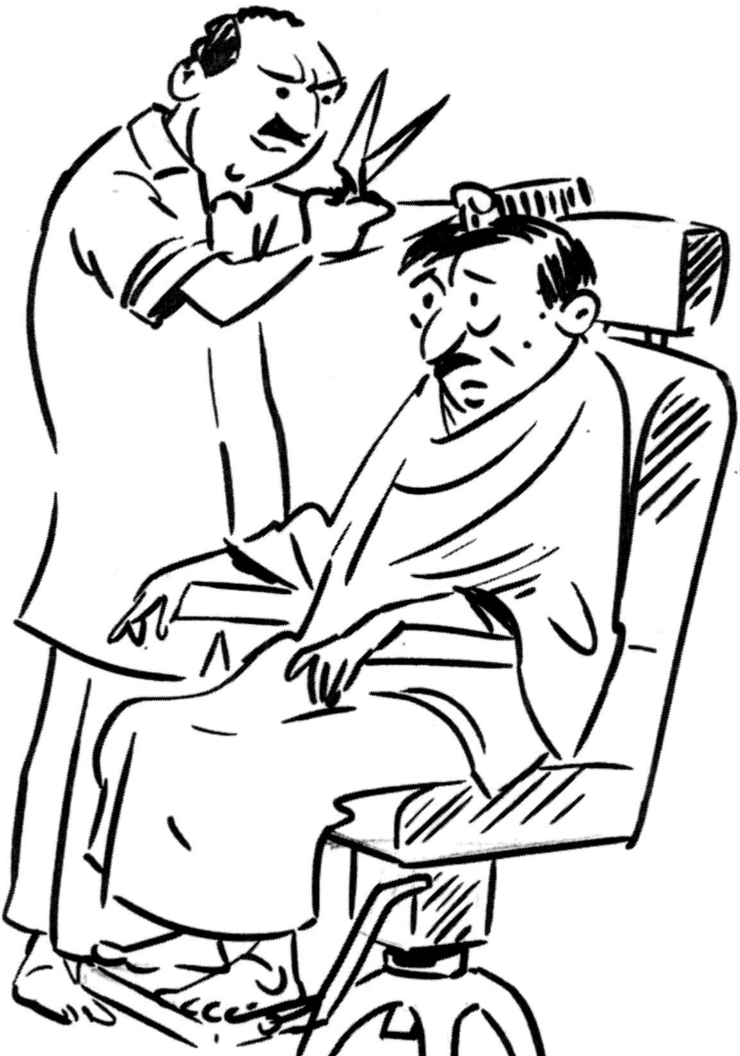

മുടി വെട്ടി തിരിച്ച് വീട്ടിൽ ചെന്ന് കയറുമ്പോൾ അച്ഛൻ ഇടതു കൈയിലേക്ക് നോക്കുന്നു.

അയ്യോ... ഞാൻ വാച്ചെടുത്തിരുന്നില്ല. അല്ല. ആട്ടെ മോനേ സമയം എത്ര്യായി?

ഞാൻ എന്റെ വാച്ച് നോക്കി സമയം പറഞ്ഞപ്പോൾ അച്ഛന്റെ വക മറ്റൊരു ചോദ്യം.

മോനേ, ഞാൻ നിനക്ക് വാച്ച് വാങ്ങിത്തന്നത് എന്നാ? എട്ടിൽ വച്ചോ ഒമ്പതിൽ വച്ചോ?

അച്ഛനിത്ര ഓർമ്മയില്ലേ? ഒമ്പതിൽ വെച്ചതല്ലേ വാങ്ങീത് എന്ന് ഞാൻ തിരിച്ചുചോദിച്ചപ്പോൾ അച്ഛൻ പുഞ്ചിരിയോടെ-

അപ്പോൾ കഷ്ടി കൊല്ലം ഒന്നു കഴിഞ്ഞു. അതിനിടെ എപ്പോഴെങ്കിലും ചുമ്മാ നീ ആലോചിച്ചിട്ടുണ്ടോ?

"എന്തോന്ന്?"

വാച്ചിലെ വലിയ സൂചി ഉണ്ടല്ലോ അത് ചെറിയ സൂചിയുടെ മേൽ ഒരു ദിവസത്തിൽ എത്ര പ്രാവശ്യം വരും?

(A) 11

(B) 12

(C) 22

(D) 24

ഇത് ആറാം ചോദ്യം.

ആഴ്ചയ്ക്ക് ദിവസം ഏഴ് എന്നപോലെ ഇനി ഏഴാമത്തെ ചോദ്യത്തിലേക്ക് നയിക്കുന്ന സംഭവം

ഏഴ്

എങ്ങോട്ട് എന്ന പ്രശ്നം

അതും ഒരു ഞായറാഴ്ച 10 മണിയോടെതന്നെ.

എൻ.ടി.എസ്.ഇ. എഴുതുന്ന എന്റെ കൂട്ടുകാർ നാലുപേർ - അനു, അഖിൽ, വിനു, വർഷ.

സംശയം ചോദിക്കാനാവാം-

അവർ പാടി കടന്ന് വരുമ്പോഴുണ്ട് അച്ഛൻ ധൃതിപ്പെട്ട് മതിലിനടുത്തേക്ക്. പിമ്പെ ഞങ്ങളും കൂടി.

എന്തോ വെട്ടുന്ന ശബ്ദം. ചെന്നു നോക്കുമ്പോൾ തെക്കേപറമ്പിൽ കുത്തനെ നിൽക്കുന്ന തേക്ക് മുറിക്കാൻ ആരോ കോടാലി വെച്ച് വെട്ടുന്നു.

വെട്ടുന്ന വെട്ടെല്ലാം തേക്കിന്റെ കിഴക്കുവശത്ത്.

കിഴക്കുവശത്ത് വെട്ടി വെട്ടി അവസാനം തേക്ക് വീഴുന്നത് എങ്ങോട്ടായിരിക്കും എന്ന ചോദ്യത്തിന് അവർ നാലുപേരും പറഞ്ഞ ഉത്തരം A,B,C ക്രമത്തിൽ

(A) കിഴക്കോട്ട്

(B) പടിഞ്ഞാട്ട്

(C) വടക്കോട്ട്

(D) തെക്ക് കിഴക്കോട്ട്

നിങ്ങളുടെ ഉത്തരം താഴെ കുറിക്കുക.

(1)..... (2).... (3)..... (4).... (5).... (6)..... (7).....

ഈ ഏഴ് ചോദ്യത്തിന്റെയും ശരി ഉത്തരം താഴെ ഒ.എം.ആർ. ഷീറ്റിൽ. ചോദ്യനമ്പറിനുനേരെയുള്ള നാല് ഉത്തരങ്ങളിൽ കറുപ്പിച്ചത് ശരി ഉത്തരം.

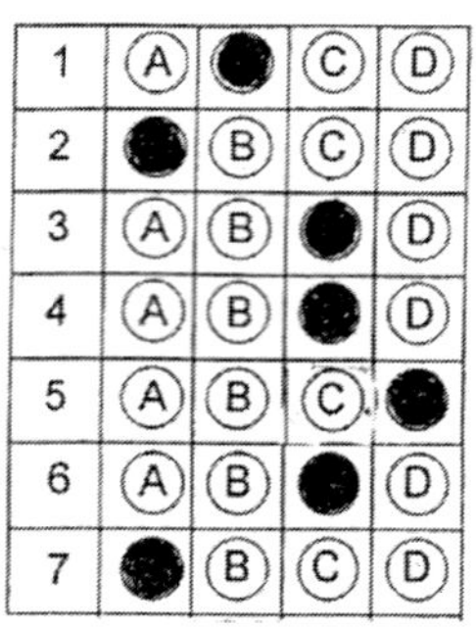

ഇത് നോക്കി നിങ്ങളുടെ ഉത്തരം ശരിയാണോ എന്നറിയുക. ഇനി ശരി ഉത്തരം വിശദീകരണം വേണോ?

വേണമെങ്കിൽ ഇതാ.

ഒന്നാംചോദ്യം - എല്ലാം വീഴുന്നത് ഭൂമിയുടെ ആകർഷണബലം താഴോട്ട് വലിക്കുന്നതുകൊണ്ടാണ്. ഈ ഭൂബലം എല്ലാത്തിലും ഒരേ ആക്സിലറേഷൻ ഉളവാക്കുന്നു. ആക്സിലറേഷൻ എന്നാൽ

വേഗമാറ്റം ആണ്. എല്ലാത്തിന്റെയും വേഗമാറ്റം തുല്യമാകണമെങ്കിൽ അവയുടെ വേഗവും തുല്യമാകണം. അങ്ങനെ വരുമ്പോൾ എല്ലാം ഒന്നിച്ച് വന്ന് വീഴും.

രണ്ടാംചോദ്യം - സോക്രട്ടീസിന്റെ ശിഷ്യൻ പ്ലേറ്റോ. പ്ലേറ്റോയുടെ ശിഷ്യൻ അരിസ്റ്റോട്ടിൽ. അദ്ദേഹം ജനിച്ചത് ക്രിസ്തുവിന് മുമ്പ്. ഗലീലിയോ ക്രിസ്തുവിനു ശേഷം. ഇതൊക്കെ വെച്ചു നോക്കിയാൽ സ്വാഭാവികമായും ശരിഉത്തരം സോക്രട്ടീസ്.

മൂന്നാം ചോദ്യം - വീഴാറായിട്ടും കടിച്ചുതൂങ്ങുന്നോ എന്ന തോന്നൽ വെറുപ്പിന്റെ മറ്റൊരു ഭാവമാണ്. വെറുപ്പ് തോന്നിയാൽ എങ്ങനെ സങ്കടം വരും.

നാലാംചോദ്യം - പ്രവൃത്തിപരിചയംകൊണ്ട് മാത്രം തങ്ങളുടെ വിദഗ്ധ തൊഴിലിൽ പ്രശോഭിക്കാൻ കഴിയുന്നവരാണ് ബാർബറും ആശാരിയും മൂശാരിയും. അതായത് ഉത്തരത്തിലെ അവസാനത്തെ മൂന്നുപേർ.

എന്നാൽ സിദ്ധാന്തപരവും പ്രായോഗികവുമായ അറിവുനേടിയാലേ നല്ലൊരു എൻജിനീയറാവാനാവൂ. ആകയാൽ കൂട്ടത്തിൽ കൂടാത്തത് എൻജിനീയർ എന്ന് തെറ്റായി തോന്നാം.

തെറ്റ് പറ്റാൻ കാരണം ഉത്തരങ്ങൾ താരമ്യം ചെയ്തതിലെ ആശയക്കുഴപ്പമാണ്.

ആശാരിക്കും മൂശാരിക്കും എൻജിനീയർക്കും ജോലി ചെയ്യണമെങ്കിൽ അസംസ്കൃത പദാർത്ഥങ്ങൾ വേണം. ആശാരിക്ക് മരം വേണം. മൂശാരിക്ക് ലോഹം വേണം. എൻജിനീയർക്ക് നിർമ്മാണ പദാർത്ഥങ്ങളും യന്ത്രോപകരണ സാമഗ്രികളും വേണം.

എന്നാൽ മുടി മുളച്ചുപൊന്തി വരുവോളം ബാർബർക്ക് പണിയായി. തലമുടി ഒരു അസംസ്കൃതവസ്തുവല്ലല്ലോ. അപ്പോൾ തൊഴിൽ ചെയ്യാൻ സ്വാഭാവികമായി സ്വയമേവ വളർന്ന് കിട്ടുന്ന വസ്തു ഉള്ള ബാർബറല്ലേ, ആശാരി, മൂശാരി, എൻജിനീയർ എന്നിവരുടെ കൂട്ടത്തിൽ പെടാതെ നിൽക്കുന്നത്? അതെ. ആകയാൽ ശരി ഉത്തരം ബാർബർ.

ശ്രദ്ധിക്കേണ്ട മറ്റൊരു കാര്യം:

മാറ്റിലെയും സാറ്റിലെയും ചോദ്യമോരോന്നിനും ചോദ്യഭാഗവും ഉത്തരഭാഗവും ഉണ്ടാകുമല്ലോ. ഇതിൽ ചോദ്യഭാഗമാണ് ചോദ്യത്തിന്റെ ഹൃദയഭാഗം. അല്ലെങ്കിൽ തലച്ചോറ്. അതുകൊണ്ടുതന്നെ

ചോദ്യഭാഗം നന്നായി മനസ്സിലാവുന്നതുവരെ പലവട്ടം വായിക്കണം.

ഒരുദാഹരണം: ആറാംചോദ്യം:

അച്ഛൻ മകനോട് ചോദിച്ചത്-

വാച്ചിലെ വലിയ സൂചി ചെറിയ സൂചിയുടെ മേൽ പ്രതിദിനം എത്രപ്രാവശ്യം വരും?

1.....11

2.....12

3......22

4.......24

വാച്ചിലെ വലിയ സൂചി ചെറിയതിന്റെ മേൽ എത്ര പ്രാവശ്യം വരും?

ഇതാണ് ചോദ്യത്തിന്റെ ഹൃദയഭാഗം.

ഇത് കൃത്യമായി വ്യക്തമായി മനസ്സിലാകുംവരെ വായിക്കണം. തത്സമയം ഒരു വാച്ചിന്റെ മുഖം ഭാവനയിൽ വിരിയും. വലിയ സൂചി തിരിയുന്നതായി സങ്കല്പിച്ച് പോകും. തുടർന്ന് സ്വയമേവ ചിന്ത ഈ വഴിക്ക് വരും - അല്ലെങ്കിൽ ഇങ്ങനെ ചിന്തിക്കണം.

വലിയ സൂചി ഒരു വട്ടം കറങ്ങാൻ ഒരു മണിക്കൂർ. അതിനിടെ അത് ഒരു പ്രാവശ്യമെങ്കിലും ചെറിയ സൂചിയുടെ മുകളിലൂടെ നീങ്ങണം. അപ്പോൾ ഒരു മണിക്കൂറിൽ ഒരു പ്രാവശ്യം.

ഒരു ദിവസം = 24 മണിക്കൂർ

ആകയാൽ പ്രതിദിനം 1X24= 24 പ്രാവശ്യം വലിയ സൂചി ചെറിയ സൂചിയെ കടന്നുപോകുന്നതായി തോന്നാം. 24 എന്ന അക്കം ഉത്തരത്തിൽ ഉണ്ടുതാനും. ആകയാൽ അതാണ് ശരി എന്ന് കരുതിയാൽ അത് ജി പാടിയപോലെ

സത്യമായ് തോന്നുന്ന മിഥ്യ മാത്രം...

എന്തുകൊണ്ട്?

11 മണി മുതൽ ഒരു മണിവരെയുള്ള രണ്ട് മണിക്കൂറിനുള്ളിൽ വലിയ സൂചി ചെറിയതിന്റെ മേൽ ഒരിക്കലേ വരൂ. പന്ത്രണ്ട് മണിക്ക് മാത്രം.

12 കഴിഞ്ഞ് മണി ഒന്നാകുമ്പോൾ വലിയത് 12ലും ചെറുത് ഒന്നിലും. ഈ സ്ഥിതിയിൽ വലുത് ചെറുതിനെ തൊടുന്നില്ല.

ആകയാൽ 12 മണിക്കൂറിൽ വലുത് ചെറുതിനുമേൽ വരുന്നത് 11 പ്രാവശ്യം മാത്രം. 24 മണിക്കൂറിൽ 22 പ്രാവശ്യം മാത്രം. ആകയാൽ ശരി ഉത്തരം (C) –22.

ഇവിടെ ഏറ്റവും ശരി ഉത്തരം കണ്ടെത്താൻ–

വലിയത് 12–ാം വട്ടം പൂർത്തിയാക്കുമ്പോൾ ചെറുത് ഒന്നിലായിരിക്കുമെന്ന് കാണാനുള്ള ഭാവനയേ വേണ്ടൂ. അല്ലാതെ മുന്നറിവ് അത്യാവശ്യമില്ല.

ബുദ്ധിപരീക്ഷയാണ് മാറ്റ് എന്നർത്ഥം.

ഇനി അവസാനത്തെ ചോദ്യം:

വെട്ടുന്ന ഭാഗത്താണ് തേക്കിനെന്നല്ല ഏത് മരത്തിനും ബലക്ഷയം. ബലക്ഷയമുള്ള ഭാഗത്തേക്കാവുമല്ലോ മരം ചെരിയുക. ആകയാൽ ശരി ഉത്തരം A.

ഇതിനിടെ ഒരു കാര്യം വിട്ടു.

എന്താണെന്ന് പറയാമോ?

കണ്ണിമാങ്ങയും മൂത്ത മാങ്ങകളുമായി ബന്ധപ്പെട്ട ഒരു ചോദ്യം വിട്ടുപോയി. കഥയുടെ രണ്ടാംഭാഗം അവസാനം കാണുന്ന ചോദ്യം, കാറ്റ് ചില്ല കുലുക്കിയപ്പോൾ മൂത്ത മാങ്ങ വീണു. കണ്ണിമാങ്ങ വീണതുമില്ല. ഇതെന്തുകൊണ്ട്? പറയാം.

എന്തും ഇരിക്കുന്നിടത്ത് നിന്നോ നിൽക്കുന്നിടത്തുനിന്നോ അനങ്ങാൻ ബലം പ്രയോഗിക്കണം. കാരണം ഭാരംതന്നെ. എന്തിനും ഭാരം കാണുമല്ലോ. ഭാരം എന്തിനെയും ഒരിടത്ത് നിൽക്കാനോ ഇരിക്കാനോ സ്വയമേവ പ്രേരിപ്പിക്കുന്നു. ഈ പ്രേരണയ്ക്ക് പേര് ഈൗർഷ്യ. ഭാരം കൂടിയതിന് ഈൗർഷ്യയും കൂടും. മൂത്ത മാങ്ങകൾക്കാണ് ഭാരക്കൂടുതൽ. അവയുടെ ഭാരം കാറ്റിനോട് ഏറ്റുമുട്ടി നിന്നനില്പിൽ നിൽക്കാൻ പൊരിഞ്ഞ പോരാട്ടം നടത്തി. പറ്റാതായപ്പോൾ അവ ചുറ്റിനും തെറിച്ചുവീണു. ഈൗർഷ്യയുടെ തോൽവി.

എന്നാൽ ഭാരക്കുറവും ഈൗർഷ്യക്കുറവും ഉള്ള കണ്ണിമാങ്ങയോ? വലിയ എതിർപ്പിനൊന്നും കഴിവില്ലാതെ കാറ്റിനൊപ്പം ആടി വീഴാതെ നിന്നു. ഈൗർഷ്യ കൂടിയവ വീണു.

■

പാമ്പ്-പല്ലി യുദ്ധം

ഞാൻ ഏഴാംക്ലാസിൽ പഠിക്കുന്ന കാലം. ഞങ്ങൾ കാട്ടിലെ പുൽമേട് കാണാൻ പോയി.

ഞാനാണ് അത് ആദ്യം കണ്ടത്. കണ്ടപാടേ എന്റെ കണ്ണുകൾ വിടർന്നു. പേടികൊണ്ട് വിറയ്ക്കുന്ന കൈവിരലാൽ അച്ഛന്റെ പുറത്ത് തോണ്ടിക്കൊണ്ട് ഞാൻ ദൂരേക്ക് വിരൽചൂണ്ടി-

എന്താ ഈ കാണുന്നേ?

ഒരു കറുത്ത പാമ്പ്. പാമ്പ് പായുന്നു. എന്തൊരു വേഗം! ബൗണ്ടറിയിലേക്ക് പായുന്ന ക്രിക്കറ്റ്ബോൾപോലെ ഉന്നംവെച്ചാണ് പാമ്പിന്റെ പോക്ക്.

ആളുകൾ ആരും ഇല്ലാത്ത ഈ പുൽമേട്ടിൽ ആരെ കടിക്കാനാണ് പാമ്പ് പായുന്നത്?

അത് കാണാൻ പ്രയാസം. പാമ്പ് വളരെ ദൂരത്തെ എത്തിയിരുന്നു. അതുകൊണ്ട് ഒന്നും ശരിക്ക് കണ്ടുകൂടാ.

അതോർക്കാതെ ഞാൻ കാലെടുത്തുവെച്ചതാണ്. അപ്പോഴേക്കും അച്ഛനും അമ്മയും ഒപ്പം തടഞ്ഞു.

"പാമ്പ് എങ്ങോട്ടെങ്കിലും പൊയ്ക്കോട്ടെ, നമുക്ക് മടങ്ങാം." എന്നു പറഞ്ഞ് അമ്മ കാറിന്റെ അടുത്തേക്ക് നടന്നു.

"വാ മോനേ..." എന്ന് അച്ഛനും എന്നെ വിളിച്ചു.

ആദ്യം അമ്മ കാറിൽക്കയറി.

അമ്മ പേടിച്ചിരുന്നു. വിയർക്കുന്നുണ്ട്. എനിക്കും ഭയങ്കര പേടി. കാറിന്റെ പിൻസീറ്റിൽ അമ്മയെ അള്ളിപ്പിടിച്ച് ഞാനുമിരുന്നു.

എല്ലാവരും നോക്കുന്നത് പാമ്പിനെയാണ്. പക്ഷേ പാമ്പ് പാഞ്ഞ് കണ്ണിൽനിന്നും മറഞ്ഞു. എന്നാലും കാർ ഉണ്ടല്ലോ. പാമ്പ് പോയ

വഴിയെത്തന്നെ അച്ഛൻ കാറ് വിട്ടു. ഇറക്കമായതിനാൽ എൻജിൻ ഓഫാക്കി. അപ്പോൾ കാറിന്റെ മുഴക്കം കേൾക്കില്ല. ഞങ്ങൾ പാമ്പിനെ പിന്തുടരുന്നുണ്ടെന്ന് അത് അറിയുകയുമില്ല.

"കാറ് നിന്നാലും ആരും ഇറങ്ങരുത്. ഡോർ തുറക്കരുത്." അച്ഛൻ പറഞ്ഞു.

പാമ്പ് തിരിച്ചുവന്ന് കാറിലെങ്ങാനും കയറിയാലോ എന്ന് അച്ഛനും പേടിക്കുന്നുണ്ടാവും.

കാറ് കുന്നിറങ്ങി തടത്തിലെത്തിയപ്പോൾ പാമ്പിനെ മാത്രമല്ല കണ്ടത്. പാമ്പിന്റെ മുമ്പിൽ മറ്റൊരു ജീവി. ശരീരമാകെ തെളുതെളെ തിളങ്ങുന്ന പച്ചനിറം. പച്ചയിൽ ചില വെള്ള വരകളും.

പല്ലിയല്ലെങ്കിലും പല്ലിയെപ്പോലെ ഒരു ജന്തു. എന്തൊരു നീളം! രണ്ടടിയെങ്കിലും വരും, ക്രിക്കറ്റ്ബോളിനോളം വലിപ്പമുള്ള തലയും. നീണ്ട കൈകാലുകളിൽ സൂചിപോലെ കൂർത്ത വിരലുകൾ. എങ്കിലും കണ്ണ് കണ്ടാൽ ആൾ പാവം, പരമശാന്തൻ.

"അച്ഛാ ഒരു പച്ചൻ' ഞാൻ അദ്ഭുതത്തോടെ ഒരു പേരങ്ങ് വിളിച്ചു കൂവി.

"പച്ചൻ - പറ്റിയ പേരുതന്നെ." അച്ഛൻ പറഞ്ഞു. "അവൻ പല്ലി യാണ് മോനേ - കാട്ടുപല്ലി."

ഞാൻ കാറിലിരുന്ന് പച്ചനെ ഉറ്റുനോക്കിയപ്പോൾ മറ്റൊരു കാഴ്ച.

പച്ചൻ മണലിൽ കുഴി കുഴിക്കുന്നു. മുൻകാലുകൊണ്ടും പിൻകാലുകൊണ്ടും മണൽ മാന്തുന്നു. മണൽത്തരികൾ ചിതറി മേലോട്ട് തെറിക്കുന്നു.

മണൽ കുഴിയുന്നു.

അതുകണ്ട് അച്ഛൻ ഉച്ചത്തിൽ പെട്ടെന്ന് പറഞ്ഞുപോയി-

"അയ്യോ തെറ്റി, പച്ചൻ അല്ല. പെൺപല്ലിയാണത്. കാട്ടിലെ പെൺപല്ലി."

"എന്നാൽ പച്ചി എന്നാക്കാം പേര്; അല്ലേ അച്ഛാ?" ഞാൻ ചോദിച്ചു.

"ങ്ആ", അച്ഛൻ എന്തോ ചിന്തയിലാണ്. ഒപ്പം പച്ചിയെ ഉറ്റു നോക്കുകയും ചെയ്യുന്നു.

"എന്താ അച്ഛാ പച്ചി കുഴി കുഴിക്കുന്നത്?"

"ഇത് ജൂൺ മാസമല്ലേ. മെയ്-ജൂൺ മാസങ്ങളിലാണ് പച്ചിപ്പല്ലി മുട്ടയിടുന്നത്." അച്ഛൻ പറഞ്ഞു.

ഉടൻ പച്ചി കുഴിയിലേക്ക് ചാടി.

തെല്ലുനേരം കഴിഞ്ഞപ്പോൾ അച്ഛൻ വിരൽ ചൂണ്ടിക്കൊണ്ട്, “ഇതാ അത് മുട്ടയിട്ട് തീർന്നു. മുട്ടകളുടെ മേലെ പൂഴിമണൽ തള്ളിയിറക്കുന്നത് കണ്ടോ?”

അച്ഛൻ പറഞ്ഞത് ശരിയാണ്. നാം കൈകൊണ്ട് കുഴി മൂടും പോലെ, പച്ചിപ്പല്ലി കൈകാലുകൾകൊണ്ട് പൂഴി തള്ളിയിട്ട് മുട്ടക്കുഴി മൂടുന്നു.

അമ്പത് ദിവസം കഴിഞ്ഞാലേ മുട്ട വിരിയൂ എന്ന് അച്ഛൻ പറഞ്ഞ് നാക്കെടുക്കുമ്പോഴേക്കും പാമ്പ് മുട്ട തിന്നാൻ ഓടിയെത്തിക്കഴിഞ്ഞു.

പച്ചി പാമ്പിനെ നേരിട്ടു. ആര് ജയിക്കും?

പാമ്പ് പത്തി വിടർത്തി പച്ചിയെ കൊത്തി. പക്ഷേ അവൾ ചാടിയൊഴിഞ്ഞ പാമ്പിന്റെ വാൽ കടിച്ച് മുറിച്ചെടുത്ത് ചവച്ചു.

അടിയേറ്റ ആനം ചിന്നം വിളിക്കുംപോലെ പാമ്പ് ചീറി. തലങ്ങും വിലങ്ങും പത്തി വിടർത്തി ഊക്കോടെ കൊത്തി.

കടിയേറ്റ മൂർഖൻ കലി തുള്ളുന്നു.

ഞാൻ ഭയന്നു. പത്തിയുള്ള കറുത്ത പാമ്പ് കരിമൂർഖനാവും. അവന്റെ കൊത്തേറ്റാൻ മരണം ഉടനെ.

ഇതാ കണ്ടോ. പാമ്പ് കൊത്തോടുകൊത്ത് തന്നെ. പച്ചി ഒഴിഞ്ഞുമാറുകയും ചാടി മറയുകയും മാത്രമല്ല തലകുത്തിമറഞ്ഞ് പാമ്പിന്റെ പുറത്ത് കടിക്കുകയും. പച്ചിയുടെ പല്ല് ചാട്ടുളിപോലെയാണ് കുത്തിക്കയറുന്നത്.

പാമ്പ് ഇഴഞ്ഞ് പ്രയാസപ്പെട്ട് പിന്തിരിഞ്ഞ് പച്ചിയുടെ കണ്ണിൽ കൊത്തുന്നു. പക്ഷേ, ഉന്നംതെറ്റി. ആ തക്കത്തിൽ പച്ചി 'ടക്കോ'യെന്ന് പിന്നിലേക്ക് കരണം മറിഞ്ഞ് ഒരു ചാട്ടം. ചാടിവീണത് പാമ്പിന്റെ പത്തിയിലേക്ക്. പത്തിയിൽ കയറിയ ഉടനെ ഒരൊറ്റ കടി. കുടുകുടുടാ ചോര. പാമ്പ് നടുവിട്ടടിച്ച് തകർത്ത് പച്ചിയെ തൂത്തെറിയാൻ പഠിച്ച പണി പതിനെട്ടും പയറ്റി. പക്ഷേ എല്ലാം വെറുതെ. പച്ചി പത്തിയിൽ കടിച്ചുതൂങ്ങിക്കിടന്ന് ഊഞ്ഞാലാടി. ഒപ്പം കിരുകിരാന്ന് കൂർത്ത പല്ലുകൾ പത്തിയിൽ ഇരുമ്പാണിപോലെ ആഴത്തിലാഴത്തിൽ ആണ്ടിറങ്ങി. മൂർഖന്റെ കഴുത്ത് ഒടിഞ്ഞു. അത് കിടന്നുപിടഞ്ഞു.

ചോരയിൽ കുളിച്ച പല്ലി മീതെയിരുന്ന് കിതച്ചു. അവൾ ഞങ്ങളെ നോക്കി ഇങ്ങനെ കേണുപറയുംപോലെ.

"ഈ കുഴിയിൽ എന്റെ ജീവന്റെ ജീവനായ മുട്ടകളാണ്. ആ മുട്ടകളിൽ എന്റെ മക്കളാണ്. അവരെ തിന്നാൻ വന്നാൽ കരിമൂർഖനായാലും ഞാൻ കടിച്ച് ചീന്തി വലിച്ചെറിയും. ഞാൻ ചത്താലും വേണ്ടില്ല, എനിക്ക് എന്റെ മക്കളാണ് വലുത്."

പുൽമേട് കണ്ട് മടങ്ങുമ്പോഴും പാമ്പ്-പല്ലി യുദ്ധം എന്നെ വല്ലാതെ അദ്ഭുതപ്പെടുത്തി. ഭയങ്കര വിഷമുള്ള മൂർഖനെ പല്ലി എങ്ങനെ കൊന്നു? ഞാൻ വീണ്ടും ആലോചിച്ചു.

മൂർഖന് ഭയങ്കര വിഷമുണ്ടെങ്കിലും അവന്റെ ഉടൽ നീളം വല്ലാത്ത പൊല്ലാപ്പാണ്. പൊടുന്നനെ തിരിയാനും പത്തി തിരിക്കാനും തിരിഞ്ഞ് കൊത്താനും മലക്കം മറഞ്ഞ് കടിക്കാനും പാമ്പിന് കൂടുതൽ സമയം വേണം. എന്നാൽ ഉടൽനീളം കുറഞ്ഞ കാട്ടുപല്ലിക്ക് മറിയാനും തിരിയാനും ചാടിയോടി തക്കത്തിൽ പത്തിയിൽ തന്നെ കടിക്കാനും വേഗം പറ്റും. ഇതല്ലേ പച്ചിപ്പല്ലിയുടെ വിജയരഹസ്യം?

■

കെ.കെ. വാസു

ബാലസാഹിത്യകാരൻ, അധ്യാപകൻ, തിരക്കഥാകൃത്ത്, ഇലക്ട്രിക്കൽ എഞ്ചിനീയറിംഗിൽ ബിരുദധാരി. എഞ്ചിനീയറിംഗ് മേഖലകളിൽ ഉത്തരവാദിത്തപ്പെട്ട നിരവധി പദവികൾ അലങ്കരിച്ചു ലോകത്തിലെ ആദ്യത്തെ ഓഫ് ഷോർ വേവ് എനർജി പ്രോജക്ടിന്റെ കൺട്രോൾ പാനൽ മദ്രാസ് ഐ.ഐ.ടിയുമായി ചേർന്ന് ഡിസൈൻ ചെയ്ത് നിർമ്മിച്ച് വിജയകരമായി പ്രവർത്തിപ്പിച്ചു. ബാലസാഹിത്യ വിഭാഗത്തിൽ പ്രശസ്തമായ നാൽപ്പതോളം കൃതികൾ രചിച്ചിട്ടുണ്ട്. ശരി ഏറ്റവും ശരി എന്ന കൃതി ഗ്രീൻ ബുക്സ് പ്രസിദ്ധീകരിച്ചു

പുരസ്കാരങ്ങൾ: *സാഹിത്യത്തിൽ കേന്ദ്ര സർക്കാരിന്റെ ദേശീയ അവാർഡ്, കേരള സാഹിത്യ അക്കാദമി അവാർഡ്, ഇന്റർ നാഷണൽ ബുക്ക്ഫെയർ അവാർഡ്, ഭീമ സാഹിത്യ അവാർഡ്, പി.ടി.ഭാസ്കരപ്പണിക്കർ ബാലസാഹിത്യ അവാർഡ്, സാഹിത്യ പ്രവർത്തക സഹകരണസംഘം അവാർഡ്, സ്റ്റേറ്റ് ഗവൺമെന്റ് അവാർഡ്.*

ടെലിവിഷൻ ഫിലിം രംഗത്ത് കേരള സ്റ്റേറ്റ് ഇലക്ട്രോണിക് മീഡിയ അവാർഡ്, കേരള സ്റ്റേറ്റ് ചിൽഡ്രൻസ് ഫിലിം ഫെസ്റ്റിവൽ അവാർഡ്.